விலகி நடக்கும் சொற்கள்

விலகி நடக்கும் சொற்கள்

ஜி. கார்ல் மார்க்ஸ்

எதிர் வெளியீடு

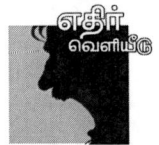

விலகி நடக்கும் சொற்கள்

ஜி. கார்ல் மார்க்ஸ்

முதல் பதிப்பு: மார்ச் 2019

எதிர் வெளியீடு,
96, நியூ ஸ்கீம் ரோடு, பொள்ளாச்சி - 642002.
தொலைபேசி: 04259 - 226012, 99425 11302.

விலை: ரூ. 175

எதிர் வெளியீடு எண்: 235

Vilagi Nadakkum SoRkkal

G. Karl Max

Copyright © G. Karl Max

First Edition: March 2019

Published by
Ethir Veliyeedu, 96, New Scheme Road, Pollachi - 642 002.
Email: ethirveliyedu@gmail.com
www.ethirveliyedu.in

Price: ₹ 175

Wrapper Design: Santhosh Narayanan

ISBN : 978-93-87333-55-0

Printed at Jothy Enterprises, Chennai.

All rights reserved. No part of this book may be reprinted or reproduced or utilised in any form or by any electronic, mechanical or other means, now known or hereafter invented, including photocopying and recording, or in any information storage or retrieval system, without permission in writing from the Publisher.

ஜி. கார்ல் மார்க்ஸ்

கும்பகோணத்தை அடுத்த கீழப்பிள்ளையாம்பேட்டையைச் சேர்ந்தவர். மெக்கானிக்கல் எஞ்சினியரான இவர் சர்வதேச கட்டுமான நிறுவனமொன்றில் மேலாளராகப் பணிபுரிகிறார். ஆனந்த விகடன், உயிர்மை, புதிய தலைமுறை உள்ளிட்ட பல வார, மாத இதழ்களில் கட்டுரைகள், சிறுகதைகள் என தொடர்ந்து எழுதிவரும் இவரின் மூன்றாவது கட்டுரைத்தொகுதி இது. இரண்டு சிறுகதைத் தொகுதிகளும் வெளிவந்திருக்கின்றன.

போப்பு புருஷோத்தமனுக்கு...

என்னுரை

சாத்தானை முத்தமிடும் கடவுள், 360° ஆகிய கட்டுரை நூல்களுக்கு அடுத்து மூன்றாவது தொகுப்பு இது. இதழ்களிலும் சமூக ஊடகங்களிலும் வெளிவந்த கட்டுரைகளின் தொகுப்பு. கட்டுரைகள் குறித்து யோசிக்கையில், எழுதுபவனின் வாழ்க்கைப் பின்புலம் அவனது எழுத்தில் குறிப்பிட்ட அளவுக்கு ஆதிக்கம் செலுத்துகிறது என்பது புரிகிறது. மேலும் எழுதுபவனின் செயல்பாட்டுத் தளமும் அவனது கருத்துத் திரட்சிக்கு பங்காற்றுகிறது. இன்னும் கூடுதலாக, புனைவெழுத்தில் ஈடுபடும் என்னைப் போன்ற ஒருவன் அரசியல், சமூகம் குறித்த கட்டுரைகள் எழுதுகிறபோது, அதன் வழக்கமான தொனியில் நிறைய மாற்றம் வந்துவிடுவதாக நினைக்கிறேன். முக்கியமாக அதன் தர்க்க ஒழுங்கு மற்றும் தரவுகளுக்கான தேடல் ஆகியன குறித்த சிந்தனைகள்.

எனது எந்தக் கட்டுரையிலும் நான் தரவுகளைக் குறித்து மிகவும் மெனக்கெடுவதில்லை. மேலும் புனைவில் செயல்படும் எனது மனம் கட்டுரைகளிலும் தொழிற்படுவதை உவந்து அனுமதிக்கிறேன். இதை நான் சுட்டுவதற்குக் காரணம், கட்டுரைகளில் நீங்கள் உணர வாய்ப்புள்ள மூர்க்கம், சீற்றம் அல்லது நெகிழ்வு ஆகியவற்றிற்கு எனது இந்த மனநிலைக்கு குறிப்பான பங்கிருக்கிறது என்பதைத் தெரிவிப்பதற்குத்தான்.

கார்ல் மார்க்ஸ் என்பது புனைப்பெயரல்ல. வீட்டில் வைத்த எனது சொந்தப் பெயரே அதுதான். காங்கிரஸ் பாரம்பரியம்கொண்ட வீட்டின், முதல் தலைமுறை திராவிடப் பெற்றோருக்கு பிறந்தவன் என்கிற முறையில், அப்போதிருந்த லட்சியவாதத்தின் கனவுடன் சூட்டப்பட்ட பெயர் என்னுடையது. வீட்டின் அரசியல் சூழல், நிறைய வாசிக்கும் வாய்ப்பை எனகரு வழங்கியது. எனக்குப் பெரியார் அறிமுகமானது எனது ஐந்தாம் வகுப்பில் என்பது இப்போதைய குழந்தைகளின் வாசிப்புச் சூழலை ஒப்பிட பிரமிப்பானதாக இருக்கிறது. பால்யத்தில் திறக்கப்படும் வாசிப்பின் ஜன்னல் அதன் வழியில் நட்சத்திரங்களைக் கொண்டு வந்து கைகளில் குவிக்கிறது. நவீன இலக்கியத்துக்கு வந்து சேர்ந்தது மிக விரைவாக நடந்தேறியது. கல்லூரி முடிந்து முதல் வேலை என்று போனபோதுதான், சக நண்பர்கள் மூலம் அறிமுகமான கம்யூனிசம், சிந்தனைப் போக்கில் அடுத்த கட்டத்தை நோக்கி உந்தியது. உற்று நோக்குகையில் ஒன்றிலிருந்து மற்றொன்று என்று நான் நகர்ந்துகொண்டே இருக்கிறேன் என்று நினைக்கிறேன்.

திராவிடமோ, கம்யூனிஸமோ முற்றான தர்க்கங்களை நோக்கி நகர்த்துகிறபோது, நவீன இலக்கியப் பரிட்சயம் மிக மிக மெதுவாக என்னை

வேறொன்றாக மாற்றியதை நான் கவனித்துக்கொண்டே இருந்தேன். தீவிர வலதுசாரி நண்பனுடனான உறவை எந்த உறுத்தலும் இல்லாமல் என்னால் பேண முடிகிறது எனும் நிலையாக அது கனிவதை, நான் வேடிக்கை பார்ப்பவனைப் போல பார்க்கிறேன். கனவிற்கும் விழிப்பிற்கும் இடைப்பட்ட ஒன்றாக இருக்கிறது எனது அரசியல் பிரக்ஞை. ஒன்று கூடல் இல்லாததாக, சிதறடிக்கப்பட்டதாக அது இருக்கிறது. அடையாள மறுப்பு குறித்த சீற்றத்தின்போதே, அடையாளங்களைத் துறந்து வெளியேறும் வேட்கையையும் நான் அடைகிறேன்.

எனது எழுத்தின் மையச் சரடாக நான் எதைக் கைகொண்டிருக்கிறேன் என்று கேட்டால் *inclusiveness* என்கிற வார்த்தையைத்தான் சொல்வேன். எந்த தனித்தன்மைக்கும் பொது அடையாளமாக அல்லது அரசியல் நிபந்தனையாக *inclusiveness* எனும் சொல்லே இருக்கமுடியும் என்று நான் நம்புகிறேன்.

அந்த நிபந்தனைதான் ஜனநாயகத்தின் மீதான விழைவாக, இயற்கையின் மீதான காதலாக, தனிமனிதத் தன்னிலைகளின் மீதான பரிவாகத் தோற்றம் கொள்கிறது. கோபத்துக்கும் வெறுப்புக்குமான வேறுபாட்டை, விமர்சனத்துக்கும் காழ்ப்புக்குமான வேறுபாட்டை, சமரசத்துக்கும் பிழைப்புவாதத்துக்குமான வேறுபாட்டை நீங்கள் இந்த சொற்களுக்கு இடையே இனங்கான முடியும். அதிகாரச் சூழலில் நிலை பெற்றிருக்கும் சொற்களில் இருந்து அவை விலகி நிற்பதாக நான் கற்பனை செய்துகொள்ளும் உத்வேகத்தை அவையே எனக்கு வழங்குகின்றன. அதுவே எனது எழுத்திற்கான அடிப்படை என்று வரித்துக்கொள்கிறேன்.

இதன் வாசிப்புப் போக்கில், ஒரு கட்டுரையை நீங்கள் சிலாகிக்கவும், மற்றொரு கட்டுரையை முழுக்கவும் நிராகரிக்கவுமான வெளி தன்னியல்பாகவே உருவாகி வருவது அவ்வாறுதான். அது உருவாக்க முயல்கிற உரையாடலின் ஏக்கம் தரும் தளர்வு அது. அதுவே எனது எழுத்தின் கனவும்கூட. முக்கியமாக பிரமாண்டங்கள் குறித்த எனது அச்சம். அந்த அச்சமே மரபின் மீதான வலுவான பிடியிலிருந்து என்னை விலக்கி விடுகிறது. தழுவிக்கொள்வதன் வழியாகவே தப்பித்துக்கொள்ள முடியும் எனும் அரசியல் பிரக்ஞையாக அது வளர்கிறது. இந்த மனநிலையிலிருந்தே எனது கருத்துகளை நான் உருவாக்கிக்கொள்கிறேன். நிகழும் எல்லாவற்றையும் இந்த அடிப்படைகளில் இருந்தே நான் விமர்சிக்கிறேன். இதன் பொருட்டே இந்த நூலை உங்களுக்கு படிக்கத் தருகிறேன்.

அன்புடன்,
ஜி. கார்ல் மார்க்ஸ்
gkarlmax@gmail.com

1

அம்மாக்களும் அடையாளச் சிக்கலும்!

எந்த ஒரு வன்முறையையும் பதிவுசெய்யப்பட்ட ஒளித்துணுக்காக பார்க்கையில் நமது ரத்த ஓட்டமே நின்றுவிடுகிறது. மலேஷியாவில் வயதான பெண்மணி ஒருத்தி ஆறு வயதுக் குழந்தையொன்றை ஒரு விலங்கை அடிப்பதுபோல அடிப்பதும் அதைத் தொடர்ந்து அவர் கைது செய்யப்பட்டிருப்பதையும் வீடியோக்களாக காண நேரிட்டது. “குழந்தைகளை அடிக்காத பெற்றோர்கள் கை தூக்குங்கள்” என்று கேட்டால் எல்லோரும் காலைத்தான் தூக்குவார்கள். இந்த விவகாரத்தில் நமது எதார்த்தம் அத்தகையது. அந்த வன்முறையின் அளவில் வித்தியாசம் உண்டுதான். ஆனால் சிறிய அளவிலேனும் குழந்தைகளை அடிக்காத பெற்றோர்கள் கிட்டத்தட்ட இல்லை என்றே நான் நினைக்கிறேன்.

நமது சூழலில் அதீதமாக ரொமாண்டிசைஸ் செய்யப்பட்டதில் தாய்மைக்கு அடுத்தது குழந்தைகள்தான். கடவுளும் காதலும்கூட அடுத்ததாகத்தான் வரும். பூங்காவில் விளையாடும் யாரோ ஒரு குழந்தையைக் கொஞ்சுவது, அதனுடன் அன்பாக இரண்டு மூன்று நிமிடங்கள் செலவழிப்பது, கூடுதலாக சில செல்ஃபி எடுத்து அதைப் பெற்றவர்களிடம் காண்பிப்பது, அதை சமூக ஊடகங்களில் பகிர்வது என்பதெல்லாம் ஜாலியானது. ஆனால், ‘பொறுப்பு’ என்று வருகிறபோது குழந்தை வளர்ப்பது எவரெஸ்டில் ஏறுவது போன்ற சிரமமான செயல். அவற்றை அடிக்காமல் வளர்ப்பது ஜென் குருக்களுக்கே சவாலான விஷயம்.

மேலும் குழந்தைகளை அடிப்பது இந்தியாவில் மட்டும்தான் நடக்கிறது, மேற்கு நாடுகளில் இல்லை என்பதும் முழு உண்மை அல்ல. நான்கு வயதுக் குழந்தையை அதன் கன்னத்தில் மாறி மாறி அறைந்த ஒரு வெள்ளைக்காரியை ஏர்போர்ட்டில் வைத்துப் பார்த்தபோது எனக்கு மயக்கமே வந்துவிட்டது. இத்தகைய வீடியோக்களைப் பார்த்துவிட்டு அதிகமும் பதறுவது

ஆண்களாகத்தான் இருக்கும். பெண்கள் அத்தனை பதறமாட்டார்கள். ஏனெனில் குழந்தை வளர்ப்பின் பெரும்பங்கு சுமையை ஏற்றிருப்பது அவர்கள்தான்.

இன்றைய தலைமுறைத் தாய்மார்கள் ஒருவித அடையாள சிக்கலில் மாட்டிக்கொண்டிருக்கிறார்கள் என்று தோன்றுகிறது. உண்மையிலேயே அவர்கள் குழந்தை வளர்ப்பதை வெறுக்கிறார்கள். அது குழந்தைகளின் மீதான வெறுப்பாகத் திரள்கிறது. ஆனால் பொதுவெளியில் அன்பே உருவான அம்மாக்களாக காட்டிக்கொள்கிறார்கள். ஏனெனில் "அம்மா என்றால் அன்பு" என்று இங்கு பதியவைக்கப்பட்டிருக்கும் போலித்தனத்தை அவர்கள் எதிர்கொள்ளவேண்டியிருக்கிறது. அது அவர்களைக் குழப்புகிறது. மேலும், தான் குழந்தை பெறும்வரை குழந்தை வளர்ப்பு இத்தனை துயரமானது என்பதை அவர்கள் அறிந்திருப்பதில்லை.

அதனால் இந்த சிரமத்தை, இதன் ஒவ்வாமையை வெளிப்படுத்துவதில் தயங்கவேண்டியிருக்கிறது. முதல் குழந்தையுடன் பிள்ளைப் பேற்றிலிருந்து அவர்கள் வேகமாக வெளியேறுவதற்கு பொருளாதாரச் சூழல் மட்டும் காரணம் அல்ல, அதில் அவர்கள் பெற்ற பாடமும் ஒரு காரணம். குழந்தைகள் மீது பெற்றவர்களுக்கு இருக்கும் அன்பு மரபணு ரீதியானது. அது பல நேரங்களில் ஒரு கவசம் போலவும் அவர்களைக் காப்பாற்றுகிறது.

'தன்னால் குழந்தை பெறமுடியும்' என்பதை நிரூபிக்கும் வேறு வழிமுறைகள் இருந்தால், ஒரு பகுதி பெண்கள் குழந்தை பெற்றுக்கொடுப்பதில் இருந்து முழுக்கவும் வெளியேறிவிடுவார்கள் என்றே நான் நினைக்கிறேன். மேலும், குடும்பம் என்ற நிறுவனத்தில், 'குழந்தைப் பேறு' என்பது அதிகாரத்தைப் பெறும் கருவியாக இருக்கிறது. இங்கு ஒரு திருமணத்தை validate செய்வதே அவள் பெற்றுத்தரும் குழந்தைதான். ஆணுக்கும் அதேதான். இருவரும் அதை சமூகத்துக்கு நிரூபித்தே ஆகவேண்டியிருக்கிறது.

மற்றவர்களுக்காக குழந்தை பெற்றுக்கொள்ளும் இணைகள் நம் காலத்தில் கூடிக்கொண்டே போகிறார்கள். இவையெல்லாம் ஒரு கட்டத்தில் குழந்தைகளின் மீதான வன்முறைக்கு களமமைத்துக் கொடுக்கின்றன. இந்த விஷயத்தில் தாய்மை, தந்தைமை, அன்பு, போன்ற கருத்தாக்கங்கள் வெளிறிக்கொண்டிருப்பதை அல்லது எதார்த்தம் வெளிப்படுவதை நேர்மையாக ஒத்துக்கொண்டு

மேற்கொண்டு இதுகுறித்து விவாதித்தால் மட்டுமே குழந்தைகள் மீதான வன்முறையைத் தடுக்கமுடியும்.

இதை யோசிக்கையில் "தாத்தா பாட்டிகளுக்கு குழந்தைகள் மீது இருக்கும் அளவு கடந்த பாசம்" என்ற வன்முறை கருத்து குறித்தும் பரிசீலிக்கவேண்டும். அவர்கள் பாசக்காரர்கள்தான். அதை மறுக்கவே முடியாது. ஆனால், வேலைக்குப் போகும் பெற்றோர்கள் குழந்தைகளை வயதான பெற்றோர்களின் பாதுகாப்பில் விட்டுவிட்டுப் போவதும், குழந்தைகளை கவனித்துக்கொள்வதை அவர்களது பொறுப்பாக்குவதும் வயதானவர்கள் மீது செலுத்தும் பெரும் வன்முறை.

எனக்குத் தெரிந்து பல தாத்தா பாட்டிகள் குழந்தை வளர்ப்பை மனதார வெறுக்கிறார்கள். அதை அவர்களால் சகித்துக்கொள்ளவே முடிவதில்லை. உடல் நலிவு ஒரு காரணம். இரண்டாவது இப்போதைய தலைமுறைக் குழந்தைகளின் வால்தனத்தை அவர்களால் கையாளவே முடிவதில்லை. மூன்றாவது வயதாக ஆக, அவர்கள் அடையும் சலிப்பும் வெறுமையும் குழந்தை வளர்ப்பு உள்ளிட்ட எந்த பொறுப்பையும் அதிருப்தியாகவும் எரிச்சலாகவும் மாற்றிவிடுகிறது. அதை வெளிப்படுத்த முடியாமல் இருத்திவைத்துக்கொண்டே இருக்குபோது ஒரு தருணத்தில் குழந்தைகளின் மீதான பெரும் வன்முறையாக வெடித்துவிடுகிறது. அப்படியான சூழல்களில் அவர்களை மட்டும் குற்றம் சொல்வது பொருத்தமற்றது. குழந்தைகள் மீது பெற்றோர்கள் செலுத்தும் வன்முறைக்கு இருக்கும் சமூக அங்கீகாரம் அவர்களது தாத்தா பாட்டி உட்பட வேறு யாருக்கும் கிடையாது.

இதிலிருந்து வெளியேறுவதற்கு சில அடிப்படைகளில் நாம் கவனமாக இருக்கவேண்டும். முதலில், கவுரவத்திற்காக அல்லது தன்னை நிரூபித்துக்கொள்வதற்காக குழந்தைப்பேறு நோக்கி நகருவது ஆபாசமானது என்பதைப் புரிந்துகொள்ளவேண்டும். குழந்தைகள் மீது உண்மையான passion இல்லையென்றால் அதை ஏற்றுக்கொண்டு அதில் commit ஆகாமல் வெளியேறிவிடவேண்டும். அது ஒன்றும் பெரிய பாவம் அல்ல.

திருமணம் ஆன உடனேயே குழந்தை பெறுவதை மருமகள் அல்லது மருமகன் மீதான போராக பிரகடனம் செய்வதை கிழடு கட்டைகள் நிறுத்தவேண்டும். அப்படி அவர்கள் அழுத்தம் கொடுத்தார்கள்

என்பதற்காக அவர்களைப் பழி வாங்குவதற்காக குழந்தைகளை அவர்களது பொறுப்பில் விட்டு பாடம் கற்பிக்கக்கூடாது.

குழந்தைகள் அழகானவை. பூக்களைப் போன்றவை. எல்லா உயரிய விஷயங்களைப்போல அவையும் தீவிர கவனத்தைக் கோருபவை. அந்தப் பராமரிப்பின் சுமையை ஏற்க ஆழ்ந்த காதலும், பொறுமையும், புரிந்துணர்வும் வேண்டும். அதற்குத் தயாரில்லை எனில் நிகழும் வன்முறைகளைத் தடுக்கவே முடியாது.

கொஞ்சம் வளர்ந்த குழந்தைகள் அவர்களது அறிவு எல்லைக்கு உட்பட்டு பெரியவர்களை சுரண்டுவார்கள், பொய் சொல்லுவார்கள். தம்மைக் காதலிப்பவர்களையே அவர்கள் அதிகமும் ஏமாற்றுவார்கள். அதற்காக நடிக்கவும் செய்வார்கள். பெற்றோருக்கு தாத்தா பாட்டியின் மீது அதிருப்தி உண்டு என்பது அவர்களுக்குத் தெரிந்தால், அதைப் பயன்படுத்திக்கொள்ள முயல்வார்கள். இது அப்படியே தலைகீழாகவும் நடக்கும். அப்படியான தருணங்களில் மிக நேரடியாக அவர்களிடம் அதைச் சொல்லி திருத்தவேண்டும் என்பதே நிபுணர்கள் சொல்வது.

இறுதியாக, குழந்தைகளின் மீதான அதிருப்திகளை அவ்வப்போது வெளிப்படுத்தாமல் அழுத்திவைப்பது ஆபத்தானது. ஒரு கட்டத்தில் நம்மால் கைகொள்ள முடியாத அழுத்தத்துடன் அது வெடிக்கும்போது நாம் ஒரு மனநோயாளியாக சமூகத்தின் முன் அறியப்படுவோம். அதில் ஓரளவுக்கு உண்மையும் உண்டு. ஆனால், அதுவரை நிரூபிக்கப்படாத பல potential மனநோயாளிகள் சுற்றி நின்றுகொண்டு அதைச்சொல்லி கோஷமிடுவர்கள். அதையும் எதிர்கொள்ளவேண்டியிருக்கும்!

– ஜூன் 6, 2017

*

ஜி. கார்ல் மார்க்ஸ்

2

பிக்பாஸ்: கண்காணிப்பு அரசியலின் அபத்தம்

பிக்பாஸ் போன்ற நிகழ்ச்சிகள் நமது கலாசாரத்தையே பிரதிபலிக்கின்றன, அதில் நெகிழ்வை ஏற்படுத்துகின்றன அதனால் அவை நேர்மறையானவை என்று ஒரு சாராரும், அதுவொரு கலாசார சீரழிவு என்று மற்றொரு சாராரும் கருத்து தெரிவித்துக்கொண்டிருக்கிறார்கள்.

எல்லா விஷயங்களிலும் சமூக ஊடகங்களின் கருத்துக்கும் நிஜ சமூகத்துக்கும் எவ்வளவு வேறுபாடு உண்டோ அதேபோல இந்த விஷயத்திலும் அச்சு பிசகாமல் இருக்கிறது. ஆனாலும், ஒரு விஷயத்தை நாம் ஒத்துக்கொண்டே ஆகவேண்டும். பெரும்பான்மை தொலைக்காட்சிப் பார்வையாளர்களை இந்நிகழ்ச்சி ஈர்த்திருக்கிறது என்பதுதான் அது.

மேலும், வாராது வந்த மாமணியைப் போல அதை ஒரு பிரிவு மக்கள் கொண்டாடுவதைக் காணும்போது இங்கு ஒளிபரப்பப்படும் மற்ற நிகழ்ச்சிகள் எவ்வளவு சப்பையாக இருக்கின்றன என்பதையும், பார்வையாளர்கள் அவற்றைப் பார்த்துப் பார்த்து எவ்வளவு சலித்துப் போயிருக்கிறார்கள் என்பதையும் புரிந்துகொள்ளமுடிகிறது.

Bigg boss videos என்று சாதாரணமாகப் பீராய்ந்தாலே ஆழமான முத்தம் தொடங்கி மேலோட்டமான கலவி வரை உள்ள பிக்பாஸ் ஒளித்துணுக்குகள் யூடியூபில் காணக்கிடைக்கின்றன. ஒரு நல்ல *porn* வீடியோவை சுதேசியாக எடுக்கத் திராணியற்றது நமது இந்திய சமூகம். சன்னிலியோன் போன்ற இந்தியப் பெண்ணின் வீடியோவைக்கூட வெளிநாட்டில் இருந்து இறக்கிதான் பார்க்கவேண்டியிருக்கிறது என்பது இதற்கு ஓர் உதாரணம்.

இதன் பொருள் இந்தியர்கள் *porn*க்கு எதிரான கட்டுப்பெட்டிகள் என்பதல்ல. எந்த சுகித்தலின் பொறுப்பையும் ஏற்றுக்கொள்ள

மறுக்கும் கலாசார போலிகள் என்பதே அதன் பொருள். இந்த நிகழ்ச்சியை மிக நேரடியாக ஏன் பாலுணர்வு சார்ந்த வீடியோக்களுடன் பொருத்தி உரையாடத் தொடங்குகிறீர்கள் என்று படிப்பவர்கள் ஐயமடையலாம். தொடர்பு இருக்கிறது.

இப்போது நடக்கத் தொடங்கியிருப்பது பிக்பாஸின் முதல் எபிசோட்தான். இந்த நிகழ்ச்சியின் வீச்சு மற்றும் வெற்றி, அது எத்தனை தூரம் பாலியல் சார்ந்த கூறுகளைத் தன்னுள் இடம்பெறச் செய்கிறது, அதை இந்தியக் கலாசாரம் என்னும் போலித்தனமான வரையறைக்குள் பொட்டலத்தில் கட்டி பார்வையாளர்களுக்கு எங்கனம் பரிமாறப்போகிறது என்பதிலேயே இருக்கிறது. மேலும் இங்கு நிலவும் சாதியப் பாகுபாடு, பாலின சமத்துவமின்மை போன்ற நமக்கே உரித்தான மரபான பத்தாம்பசலித்தனங்களை மீறுவது போல நடிக்கும் அதன் தந்திரத்திலும் அது பொதிந்திருக்கிறது.

முதலில் பாலியல் சார்ந்த விஷயத்தில் இந்திய எதார்த்தம் என்பது உலக எதார்த்தத்துடன் எங்கு வேறுபடுகிறது என்பதில் இருந்து தொடங்கலாம். இது எங்ஙனம் பிக்பாஸின் வெற்றிக்கு பங்களிக்கிறது என்பதை நோக்கி அப்போதுதான் நகரமுடியும்.

மேற்குலக நாடுகள் என்றல்ல, மற்ற ஆசிய நாடுகளை ஒப்பிடும்போதுகூட இந்தியாவிற்கென்று ஒரு பிரத்யேக குணம் இருக்கிறது. அது, தனது சொந்த பாலியல் ரசனை, தேர்வுகுறித்த பொது சமூகத்தின் அங்கீகாரத்துக்காக ஏங்கி ஏங்கிச் சாகும் தனிமனிதர்களின் பரிதாப நிலை. கெட்ட வார்த்தை என்று தாம் வரையறுத்து வைத்திருக்கிற சொற்கள் சிலவற்றைப் பொதுவெளியில் பேசிப் பார்ப்பதில் இருந்து, சுயமைதுனம், கலவி, மீறல் கலவி வரையில் தாம் ஈடுபடுகிற ஒன்றின் உப விளைவாக உருவாகிற குற்றவுணர்ச்சியில் இருந்து வெளியேற, அது சமூகத்தின் அங்கீகாரத்தையே நம்புகிறது. சமூக விளக்கம் எனும் ஒன்றை நினைத்து நினைத்து அஞ்சுகிறது.

மேலும் இந்த அச்சம் நமது தொல்கதைகளால், இதிகாசங்களால், இலக்கியங்களால், நிறுவன சொல்லாடல்களால் செறிவூட்டப்பட்டுக்கொண்டே இருக்கிறது. ஆக, தனி மனித சுகம் சார்ந்த விழைவுகள் ஒருவித தணிக்கை மனநிலையுடன் ஆழமாகப் பிணைக்கப்பட்டுவிடுகின்றன. அது இயல்பான வேட்கைக்கும், அதை மீறுவதன் அச்சத்திற்கும் இடையே ஓயாத

போரை உருவாக்கிவிடுகிறது. இதில் சமூகத்தின் கண்காணிப்பும் இணைந்துவிடுகிறபோது ஆபத்தின் அளவு கூடிப்போகிறது.

இப்படியான ஒரு சூழலில் பிக்பாஸ் போன்ற நிகழ்ச்சிகளில் பொது சமூகம் கூட்டாகப் பங்கேற்கிறபோது, அதுவரை அடக்கி வைக்கப்பட்டிருந்த தனிமனித சுயம் தனது குற்றவுணர்ச்சியைக் கைவிடக் கிடைத்த வாய்ப்பாக எண்ணி உன்மத்தம் கொள்கிறது. ஒருபுறம் தாம் ஒரு மீறலில் ஈடுபடுவதாகக் களிப்படைகிறது. மறுபுறம் தாம் எந்தக் குற்றமும் - அதாவது பொதுச்சமூகம் குற்றம் என்று வரையறுத்து வைத்திருக்கிற எந்தக் குற்றத்தையும் - செய்துவிடவில்லை என்றும் ஆசுவாசம் அடைகிறது. பொதுவெளியில் கெட்ட வார்த்தை பேசுகிறது. மீறல்களுக்கான சமிக்ஞைகளை வெளிப்படுத்துகிறது. கூட்டத்தில் இணைந்துகொண்டு கூச்சலிடுகிறது. ஆக, பார்வையாளர்கள் கூடுகிறார்கள்.

மட்டுமல்லாமல், தாம் தீர்ப்பிட, நீதி வழங்க, கொண்டாடத்தக்க குணாதிசயங்களுடன் பொருத்திக்கொண்டு தற்பெருமையில் ஈடுபட, சில அற்பத்தனங்களை வெளிப்படையாக நியாயப்படுத்தி உரையாட என பிக்பாஸ் மூலம் பார்வையாளர்களுக்குக் கிடைக்கும் வெளி கற்பனைக்கு எட்டாதது. இது கிட்டத்தட்ட சிங்கத்தின் கொட்டிலுக்கு விடப்பட்ட வீரன் ஒருவனது தப்பித்தலுக்கான போராட்டத்தைக் கண்டு கிளர்ச்சியடைந்த போன நூற்றாண்டுப் பார்வையாளர்களின் தன்மையை ஒத்தது. கொல்லும் சிங்கமாகவும், எதிர்த்து சிங்கத்தை வெல்லும் வீரனாகவும் தன்னை உருவகித்து உன்மத்தக் கூச்சலிடும் பார்வையாளர்களின் களிப்பு அது.

மேலும் நற்பண்பை விட, தீய குணங்களை பங்கேற்பாளர்கள் வெளிப்படுத்தும்போது பார்வையாளர்கள் அதன் மீது கொள்ளும் ரகசியப் பிணைப்பு இதில் மிக முக்கியமானது. அதுவொரு சுய மைதுனத்தின் கிளுகிளுப்பையும், மீறல் கலவியின் உச்சத்தையும் கொண்ட ஆர்கஸத்தை சாத்தியப்படுத்துகிறது. இது, இருட்டின் மீதான நமது அடிப்படை தாபத்துடனும், தனிமையுடனும் தொடர்புடையது. ஒரு நாணயத்தின் இரண்டு பக்கம் போல.

காயத்ரி இல்லை என்றால் ஓவியா உருவாகமுடியாது. காயத்ரியின் அற்பத்தனமே ஓவியாவின் ஆகிருதியைக் கூட்ட முடியும். இது பார்வையாளர்களிடம் பூடகமான விதத்தில் செயல்படுகிறது. அதாவது, எதிரெதிரான கூறுகளைக் கொண்டிருக்கும் இரண்டு ஆளுமைகளின் பண்பையும் ஒருங்கே தன்மீது பொருத்திக்கொண்டு

ரகசியமாக அதன் விளைவுகளை ஆராய்ந்து பார்த்துக்கொள்ளும் வாய்ப்பை அவர்களுக்கு வழங்குகிறது. எந்த வகையிலும் பாதகமில்லாத virtual மீறல். இதுவே இத்தகைய நிகழ்ச்சிகள் இவ்வளவு பிரமாண்ட வரவேற்பைப் பெறுவதன் அடிப்படை.

எதார்த்தத்தில், சமூக ஊடக வெளிக்கு அப்பால் இயங்கும் நிஜ சமூகம் என்பது நமது கற்பனைக்கு எட்டாததாக இருக்கிறது. அவை நமது பண்பாட்டு வெளிகளில் நமது கலைகளில் நேர்மையாகப் பதிவு செய்யப்படுவதில்லை. மேலும் நமது அரசியல் என்பது கலாசாரம், மரபு, புனிதம் என்ற போர்வையைக் கொண்டு எல்லா சீரழிவுகளையும் மூடும் தன்மை கொண்டதாக இருக்கிறது. இது தனிமனிதர்களை மேலும் மேலும் போலித்தனத்தை நோக்கி நகர்த்துகிறது. மறைத்துக்கொள்ளத் தூண்டுகிறது. எதார்த்தமான இன்பம் துய்க்கும் வெளியை சுருக்கிவிடுவதன் மூலம் பாதுகாப்பான துய்ப்பு என்பது ஒன்று *Voyeurism* (மற்றவர்கள் செய்வதைக் காண்பதன் வழியாக தாம் இன்புறும்) மூலம் அடைவது அல்லது virtual வெளியில் அடைவது என்பதாக கட்டுப்படுத்திவிடுகிறது. இந்த சூழலே வெகுமக்கள் திரளை இத்தகைய கானல் இன்பத்தை நோக்கி உந்துகின்றது.

இந்த நிகழ்ச்சியின் பங்கேற்பாளர்கள் மிகச் சரியாக இத்தகைய அரசியல் கலாசார போலித்தனத்தை பிரதிநிதித்துவப் படுத்துபவர்கள்தான். கமலின் கலை இருப்பு மிக லாவகமான வகையில் இங்கு பொருந்துவது அதனால்தான். தனது போலித்தனமான அரசியல் சீற்றங்கள் பிக்பாஸின் வழியாக வியாபாரத்துக்குப் பயன்பட ஒப்புக்கொடுக்கும் அவரது செயல், தனது அற்பத்தனங்களின் வழியாக ஓவியாவின் ஆகிருதியைக் கூட்ட உடன்படும் காயத்திரியின் செயலுக்கு நிகரானதுதான். மொத்தத்தில், இலக்கு பார்வையாளர்களைக் குவிப்பது என்று வந்துவிடுகிறபோது அவர்கள் எதை மீறுகிறார்கள் என்பதில் அல்ல, எதை மீறாமல் இருக்கிறார்கள் என்பதில் இருக்கிறது இந்த நிகழ்ச்சியின் உயிர்.

நான்கு பேர் கூடியிருக்கிற இடத்தில் இயல்பாக முகிழ்க்க சாத்தியம் உள்ள உடற்கவர்ச்சி முதல் கூட்டுக் கலவி வரையான சொற்களை உருவாக்கி கிசுகிசுவாக உலவ விடுவது, சாதிய, பாலின சமத்துவத்துக்கு எதிரான தனிமனிதப் பூசல்களை வம்பாக மாற்றி மக்களைப் பேச வைப்பது என்பதாக இதன் எல்லைகள் விரியும். ஆனால் மிகத் தந்திரமாக நிகழும் கண்காணிப்பு அரசியலின் அபத்தம், பாலின சமத்துவத்தை மறிக்கும் மத அடிப்படைவாதம்,

அதன் உபவிளைவான சமூகப் பதட்டம் போன்றவை பொது விவாதமாக மாறாமல், இந்த கலாசார கட்டுப்பெட்டித் தனத்துக்கு எந்த சேதாரமும் விளையாமல் அது பார்த்துக்கொள்ளும்.

பாலின, பாலியல் சமத்துவம் உள்ளிட்ட பூரண சுதந்திரமுள்ள தனிமனிதராக தன்னை உணரும் யாருக்கும், அதை அச்சமின்றி பிரகடனப்படுத்தி முன்செல்ல திராணியுள்ள எவருக்கும் பிக்பாஸில் இருந்து பெற்றுக்கொள்ள எதுவுமே இல்லை. முரணாக, சூழலின் இந்த போதாமையே பிக்பாஸ் வெற்றியடையக் காரணம்!

– ஜூலை 27, 2017

*

3

கேட்கப்படாத கேள்விகளும் சொல்லப்படாத பதில்களும்

கமல்ஹாசனின் பாண்டேயுடனான நேர்காணல் மிகவும் ரசிக்கத்தக்கதாகவே இருந்தது. அதில் இருந்த நேரடித்தன்மைக்காகவே கமலைப் பாராட்டியாகவேண்டும். ஏனெனில் அவரது ட்விட்களையும் செய்யுள் போன்ற சிலவற்றையும் படித்துவிட்டு மண்டைகாய்ந்தவர்களில் நானும் ஒருவன். சில பதில்கள் அட்டகாசமானவை. ஜெயலலிதா ஒன்றும் கலைஞரோ எம்ஜியாரோ கிடையாது என்ற பதிலும், ராஜ்கமல் என்பது ஒரு குட்டி நிறுவனம்; ஒரு பணக்காரன் நினைத்தால் அதை ஊதித் தள்ளிவிட முடியும்; எனது உயரமும் தகுதியும் எனக்குத் தெரியும்; எதையும் பெரிதுபடுத்திக் காட்டுவது எனது தொழில், ஆனால் அதையே எனது வாழ்க்கைக்கு பொருத்திப் பார்க்கமுடியாது போன்ற பதில்களும் மக்களின் மனதில் எளிதாக நுழையக்கூடியவை. அந்த வகையில் இந்த நேர்காணலைத் தயாரித்தவர்கள் திறமையானவர்கள். கமலின் உயரமும் அகலமும் தெரிந்து கேட்டிருக்கிறார்கள். வெட்டுதல் ஒட்டுதல் போன்றவற்றிலும் நாகரீகமாக உழைத்திருக்கிறார்கள். அதனால்தான் அது கலகலப்பான பேட்டியாக வெளிவந்திருக்கிறது.

இங்குதான் நமக்கு வரவேண்டிய அடிப்படையான சில கேள்விகள் இருக்கின்றன. அந்த கேள்விகளைக் கூட கேட்காமல் கடந்துவிடலாம். ஆனால், இந்த கலகலப்பான பேட்டியை ஏதோ கலக பேட்டியைப்போல அரசியல் ரீதியாக சிலாகித்துப் பேசுவதைக் கேட்கையில்தான் சரி நாமும் இரண்டொரு கேள்விகளை அது குறித்து கேட்டுவைக்கலாமே என்று தோன்றுகிறது. அவை என்ன? மிக முக்கியமாக, இந்த முழு பேட்டியையும் பார்த்த வரையில் மோடி, பிஜேபி, demonitization, beef ban இப்படி எந்த வார்த்தையும் இல்லை. வேறு ஏதேனும் தொடர்ச்சியான காணொளிகள் இருந்து அதை நான் பார்க்காமல் தவறவிட்டிருந்தால் நண்பர்கள் சுட்டிக்காட்டலாம். மோடி குறித்து ஏன் ஒரு கேள்விகூட கேட்கப்படவில்லை என்கிற

கேள்வி முக்கியமானது. "ஏன் கேட்கவேண்டும்" என கேட்கலாம். காரணம் இருக்கிறது. கமலின் இந்த பேட்டிக்கான அடிப்படைக்கும் மோடி குறித்து தவிர்க்கப்பட்ட கேள்விக்கும் ஆழமான தொடர்பு இருக்கிறது. எப்படி?

கமலுக்கு ஊழல் மிகுந்த இன்றைய தமிழக அரசை சகித்துக்கொள்ள முடியவில்லை என்பதில் இருந்துதான் அவரது அதிருப்தி தொடங்குகிறது. அதை எதிர்த்து குரல் கொடுக்கிறார். இதற்கு முன்பு ஜெயலலிதாவின் சர்வாதிகார, அகங்காரப் போக்கின் மூலம் தேவையற்ற முறையில் அவரது இருப்பு தொந்தரவுக்கு உள்ளாக்கப்பட்ட நினைவுகளும் சேர்ந்துகொள்ள இந்த அரசுக்கு எதிராக அதன் ஊழல்களுக்கு எதிராக அவர் தனது கருத்துகளை வெளிப்படையாகச் சொல்கிறார். அவரது எதிர்பார்ப்பு என்ன? எந்த வகையிலும் இந்த அரசு நீடிப்பதற்குத் தகுதியற்றது அது வெளியேற்றப்படவேண்டும் என்பதுதான். அவருக்கு மாத்திரம் அல்ல; அவர் பேட்டியில் குறிப்பிடுவது போல ஊடகங்கள் உட்பட ஒட்டுமொத்த தமிழக மக்களின் எண்ணமும் அதுதான். ஆனால், இத்தனை எதிர்ப்பையும் அதிருப்திகளையும் மீறி இந்த அரசு எவ்வாறு செயல்படமுடிகிறது? எவ்வாறு தனது ஊழல்களை தொய்வின்றித் தொடரமுடிகிறது? என்கிற கேள்வி அவர்முன் வைக்கப்படவில்லை. அப்படி வைக்கப்பட்டால், அவர் சொல்லும் அதே ஊடகங்களுக்கும் அதே மக்களுக்கும் நன்கு தெரிந்த பதில்தான், "இந்த அரசாங்கத்தைக் காப்பாற்றுவது மோடியின் மத்திய அரசு" என்பதே. இப்படி ஒரு கேள்வியைக் கேட்காமல் பாண்டே ஏன் கடக்கிறார்? அப்படி ஒரு கேள்வி ஏன் தம்மிடம் கேட்கப்படவில்லை என்று கமல் ஏன் கவலைப்படவில்லை?

கிடுக்கிப்பிடி கேள்விகளைப் போல தோற்றம் கொண்டிருந்தாலும் கமலிடம் கேட்கப்பட்ட கேள்விகள் அவரது அனுபவ வரம்பிற்குள் கேட்கப்பட்ட கேள்விகளே. அதற்காக கமலின் பதில்களை நான் குறைத்து மதிப்பிடவில்லை. அதன் அளவில் அவை மதிப்பு வாய்ந்தவையே. ஆனால், ஒரு நேர்மையான பத்திரிக்கையாளன் முன்னால் அவர் உட்கார நேர்ந்திருந்தால், இந்தக் கேள்விகள் அவரிடம் வைக்கப்பட்டிருக்கக்கூடும். அதன் வழியாக இந்த அரசை நிலைக்கச் செய்வதன் மூலம் நிலவும் ஊழலுக்கு பொறுப்பேற்கவேண்டிய அவசியம் மோடிக்கு உண்டு, அந்த வகையில் அவரும் ஊழலின் பங்குதாரரே என்றும்கூட கமல் பதில் சொல்லியிருக்கக்கூடும். அது நிகழவில்லை. அது மட்டுமல்ல, இதே தொனியில் இன்னும் சில கேள்விகள் நீண்டிருந்தால் மோடியின் முகம் மட்டும் அல்ல, கமலின்

அரசியல் தெளிவின்மையும்கூட அம்பலப்பட்டுப் போயிருக்கும். ஆக, இந்த பேட்டியில் நிகழ்ந்திருப்பது நாகரீகமான ஒரு ஒப்பந்தம். இந்த கோட்டை நானும் தாண்டமாட்டேன்; நீயும் தாண்டக்கூடாது எனும் விளையாட்டு. அந்த வகையில் எல்லா பாவங்களும் கொண்ட நல்ல ஒளிச்சித்திரம். அதைத்தாண்டி இதற்கு அரசியல் ரீதியாக எந்தப் பெறுமதியும் கிடையாது.

ஊழல் வழக்கின் இரண்டாவது குற்றவாளியான சசிகலா தனது பெரும்பான்மையை நிரூபிக்க வாய்ப்பே தராமல், கவர்னரை தாமதப்படுத்தி அதைத் தடுத்து தண்டனை அறிவிக்கப்படும் வரையில் சட்டத்துக்குப் புறம்பான வகையில் அவரை அதிகாரத்துக்கு வெளியே வைத்தது மத்திய அரசு. (முதல் குற்றவாளிக்காக உகுத்த கண்ணீரைக் கூட மறந்துவிடலாம்) அதே மத்திய அரசு நிதீஷ்குமாருடன் கொல்லைப்புற பேரத்தில் ஈடுபட்டு ஒரே நாளில் ஆட்சி மாற்றத்தில் ஈடுபடுகிறது. சாதிக்கிறது. ஒரு மாநிலத்தில் கவர்னரை தாமதப்படுத்துவதன் வழியாக அத்துமீறல். இன்னொரு மாநிலத்தில் அவசரமாக அதைச் செய்வதன் வழியாக அத்துமீறல். இவ்வளவு ஏன்? இன்னொரு எளிதான கேள்வி. இங்கு இவ்வளவு ஊழல் நடக்கிறதே, கிரண்பேடி போன்ற ஓர் அரைவேக்காட்டு கவர்னரைக் கொண்டுவந்தாவது அதற்கொரு கடிவாளம் போடுவதற்கு ஏன் மத்திய அரசு முயலவில்லை? கமலின் இதயம் வெடிக்கச் செய்யும் அதே ஊழலை ஏன் மத்திய அரசு அனுமதித்த வண்ணம் இருக்கிறது? பத்து பேரை வைத்துக்கொண்டு பல்லாங்குழி ஆடிக்கொண்டிருக்கும் அரசாக இருந்தாலும் பாண்டிச்சேரியில் நடப்பது எட்டி மிதிக்கும் காங்கிரஸ் அரசு. தமிழக அரசு என்னதான் புழுத்த ஊழல் அரசு என்றாலும் நமது இடுப்பில் இருக்கும் எடுபிடி அரசு என்கிற எண்ணம்தானே. இது குறித்து ஒரு கேள்வியாவது கேட்கக்கூடாதா ஆண்டவரிடம்.

இனி தலைவர்கள் தேவையல்லை, நிர்வாகிகள்தான் தேவை என்று முத்துதிர்க்கும் கமலுக்கு இந்த ஊழலை அனுமதிக்கும் பிஜேபியின் திட்டங்கள் தெரியாமல் இருக்காது. அவர் அவ்வளவு வெகுளி என்றால், அவருக்கு ஒரு சிறிய விளக்கம். “ஊழல்” என்பது மிகவும் மேம்போக்கான ஒரு சொல். தனது சுயநலனுக்காக, தனது சந்ததிக்காக, தவறான வழியில் பணம் சேர்ப்பது மட்டும் ஊழல் என்று இங்கு பொருள்கொள்ளப்படுகிறது. அல்ல! எதன் பொருட்டும், அங்கீகரிக்கப்பட்ட தார்மீக நெறிகளுக்கு மாறாக விலகி ஒன்றைச் செய்வதே ஊழல்தான். தமது வலதுசாரி சிந்தனைப் போக்கை வளர்த்தெடுக்கும் விதத்தில் தமிழகத்தில் ஓர் ஊழல்

அரசை பராமரித்துக் காப்பாற்றிவரும் மத்திய ஆளும் அரசின் செயல் ஊழலே. எதன் பொருட்டு மக்கள் வாக்களித்தார்களோ அதற்கு மாறாக கொல்லைப்புற பேரத்தின் வழியாக ஆட்சியை மாற்றுவதும் ஊழலே. ஊழலை பணம் என்பதாக மட்டும் சுருக்கிப்பார்க்கும் தன்மையிலிருந்து வெளியேறுவதே நவீன அரசியலின் அடிப்படை. அரசியலுக்கு வருவதற்கு முதல் தேவை அரசியல் தெரிந்திருக்கவேண்டும் என்பதே. தலைவனுக்கும் நிர்வாகிக்குமான வேறுபாடு அதுதான்!

— ஜூலை 30, 2017

*

4

வெளிறும் நிறங்கள்

உத்தரப்பிரதேசம், ராஜஸ்தான், மத்தியப்பிரதேசம், பீகார் என்று மாநிலங்களின் பெயர்கள் மாற்றி மாற்றி சொல்லப்பட்டாலும், கும்பலாக சேர்ந்து ஓர் ஆணையும் பெண்ணையும் நிர்வாணப்படுத்தி அடித்து உதைக்கும் வீடியோக்கள் சைபர் வெளியில் குவிந்து கிடக்கின்றன. அப்படியான ஓர் ஒளித்துணுக்கு சமூக ஊடகங்களில் வெளிவருகிறபோது பாதிக்கப்பட்டவர்கள் குறித்து பேசுகிற பலரும், அது இப்போது நடந்ததல்ல, அது இந்த மாநிலத்தில் நடந்ததல்ல, அவர்கள் தலித்துகள் அல்ல, அவர்கள் உண்மையிலேயே காதலர்கள் அல்ல, அவர்களை அடிப்பவர்களும் தலித்துகள்தான், அவர்களை அடித்தது அவளது புருஷனும் அவனது உறவினர்களும்தான் என்று கருத்துதிர்க்கிறார்கள்.

அந்த வன்முறைக்கு எதிர்வினை புரிபவர்களில் ஒரு பிரிவினர், அடிப்பவர்கள் மனிதர்களே அல்ல, அவர்களையும் இதேபோல நிர்வாணப்படுத்தி அடித்தால்தான் அதன் வலி புரியும் என்பது தொடங்கி ஆத்திரத்தின் உச்சிக்குப் போகிறார்கள். இத்தகைய கும்பல் வன்முறைக்கும், நாம் கலாசாரம் என்று நம்புகிற ஒன்றுக்கும் அதை சாத்தியப்படுத்துகிற அரசியலுக்கும் இருக்கும் உறவைப் புரிந்துகொள்ளாமல் தனிமனிதர்களாக நமது பொறுப்பை வடிவமைத்துக்கொள்ள முடியாது. அதன் கண்ணிகள் என்ன என்பதைப் பார்ப்போம்.

முதலில் கலாசாரம். ஓர் உதாரணத்துக்கு, நமது ஊரில் இருக்கும் ஒரு வட்டச் செயலாளரிடம் போய் எனது மனைவி பக்கத்து வீட்டில் இருக்கும் ஒருவனுடன் ஓடிப்போய்விட்டாள், நீங்கள்தான் எதாவது செய்யவேண்டும் என்று சொன்னால், ‘சரி... அவதான் ஓடிப்போய்ட்டாளே... இனி ஆகுற வேலையைப் பாரு’ என்று சொல்வார்களே தவிர, ‘சரி வா.. கும்பலாகப்போய் அவர்களது உடைகளை உருவி ஊர்வலம் விடுவோம்’ என்று

கிளம்பமாட்டார்கள். பாரம்பரியக் கட்சி வட்டச் செயலாளர் முதல் நேற்று முளைத்த கட்சியின் வட்டம் வரை இதை இவ்வாறுதான் எதிர்கொள்வார்கள். ஏன்? ஒரு சமூகம் அரசியல் ரீதியாக எவ்வளவு முன்னகர்ந்திருக்கிறது என்பதன் அளவீடு அது. இதன் பொருள், ஆண் பெண் உறவு சார்ந்த, விமர்சன ரீதியான உரையாடல்கள் அரசியல் தளத்தில் எவ்வளவு வீச்சுடன் நிகழ்ந்திருக்கின்றன என்பதைப் பொருத்தது அது. உரையாடல் என்று வருகிறபோது அதன் எல்லா சாத்தியங்களையும் உள்ளடக்கித்தான் யோசிக்கமுடியும். முக்கியமாக அதன் பிறழ்வுகள்.

அதில், நாம் கவனிக்கவேண்டிய இன்னொரு அம்சம், அரசியலை முன்னெடுக்கும் தனிப்பட்ட ஆளுமைகள் தங்களது சொந்த வாழ்க்கையில் கைகொள்ளும் கலகமோ, பிறழ்வோ, மீறலோ ஒரு பொது சமூகத்துக்கு என்ன மாதிரியான சமிக்ஞைகளை வெளிப்படுத்துகிறது என்பது. சோர்வூட்டுகிற அளவில் மீண்டும் மீண்டும் நான் இதை சொல்லிக்கொண்டே இருந்தாலும், திரும்பவும் சொல்கிறேன். தொண்ணூறு சதவிகிதத்துக்கு மேலான நமது சமூகம் நமது சொத்தான இலக்கியப் பாரம்பரியத்துக்கு வெளியே இருக்கிறது. அதனால் அதிலிருந்து கற்றுக்கொள்ளவேண்டிய கலாசார நெகிழ்வுக் கூறுகளை தவறவிடுகிறது. ஆனால் அரசியல் என்று வருகிறபோது அது மிகவும் நெருக்கமாக அதனுடன், அதை முன்னெடுக்கும் பிம்பங்களுடன் பிணைந்திருக்கிறது.

நேரடியாக சொல்வதென்றால் அண்ணா, கருணாநிதி, எம்ஜியார், ஜெயலலிதா போன்ற ஆளுமைகளின் சொந்த வாழ்க்கையை, அதனதன் அளவிலான கிசுகிசுத்தன்மையுடன் உள்வாங்கிக்கொள்ளும் பொது சமூகம் ஆண் பெண் உறவு சார்ந்த மீறல்களில் சமரசத்தை நோக்கியே நகரும். ஒரு வகையான கலாசார நெகிழ்வுத் தன்மைக்கு நான் சொல்லும் தலைவர்களின் அரசியல் வாழ்க்கை பயன்பட்டது. ஆக, இங்கு நிகழ சாத்தியமாகியிருந்த கலாசார வன்முறைக் கட்டமைப்பில் உடைப்பை ஏற்படுத்தியதில் அவர்களது மீறலுக்குப் பங்கிருக்கிறது என்றே நான் புரிந்துகொள்கிறேன். நேருவையும் இந்த இடத்தில் பொருத்தி நாம் புரிந்துகொள்ளலாம்.

இதன் பொருள் பிறழ்வுகளை ஊக்கப்படுத்துவது என்பதல்ல. மாறாக எப்படி சுதந்திரப் போராட்டம் என்பதே மேல்தட்டு வர்க்கத்திலிருந்து தொடங்கிய ஒன்றாக இருக்கிறதோ அதேபோல கலாசார மறுவரையறை என்பதும் மீறல்களைக் கைகொள்ள சாத்தியம் உள்ள பிரிவினரால் மட்டுமே முன்னெடுக்கப்பட முடியும்

என்பதுதான். அத்தகையவர்கள் அரசியல் தளத்தில் இருக்கிறபோது நேர்மறையான அதன் வீச்சு அதிகம். திரைப்படம் உள்ளிட்ட கலைகள் சார்ந்த ஆளுமைகளின் அரசியல் வருகையும் நிலைத்தலும் இதற்கு அளித்த பங்களிப்பையும் சேர்த்தே சொல்கிறேன்.

இதற்கு மாறாக இன்னொரு தரப்பில், இத்தகைய தனி மனித ஒழுக்க மீறல்களை குற்றப்படுத்திக்கொண்டே இருக்கிற அதை ஒரு ஆயுதமாக மாற்றுக் கருத்துடையவர்கள் மீது பிரயோகிக்கிற, ஆண் பெண் உறவுகளையும் அது தொடர்பான மீறல்களையும் புனிதத்துவ அடிப்படையில் மட்டுமே கண்டு அதை அடக்க முயல்கிற வலது சாரி சார்பு அரசியலும் மேலெழுந்து வந்தது. இந்த விஷயத்தில் இடது சாரி அரசியலும் வலதுசாரிக்கு நெருக்கமானதுதான். ஆனால் அதை முதலாளித்துவ சில்லறைத்தனமாக மட்டுமே கவனப்படுத்தி கடக்கமுயல்கிறது.

ஆனால் வலதுசாரி அரசியல் மிகத் தீவிரமாக இத்தகைய மீறல்களை தண்டனைக்குரிய ஒன்றாக வரையறுக்கிறது. அத்தகைய தண்டனைக் கருத்தாக்கம்தான் இத்தகைய ஒளித்துணுக்குகளைக் கண்டு அதிர்பவர்களிடம் ஊசலாட்டத்தை ஏற்படுத்துகிறது. காத்திரமாக "இது வன்முறைதான், மனிதத் தன்மைக்கு எதிரானதுதான்" என்று சொல்வதை விடுத்து அவர்கள் பசப்ப முயல்வது அதனால்தான். தம்மை வலதுசாரிகளாக அறிவித்துக்கொண்டவர்கள் மிக நேரடியாக இத்தகைய மீறல்களை கலாசாரச் சீரழிவு என்று பிரகடனப்படுத்துகிறார்கள். அந்தப் பிரகனடம்தான் தண்டனை கொடுக்கும் பண்பாக கீழே உள்ள உதிரிகளிடம் திரிகிறது. இங்கு உதிரிகள் என்று சொல்வதில், கீழ்மட்டத்தில் செயலாற்றும் போலீஸ் உள்ளிட்ட அரசின் கண்காணிப்பு அமைப்புகளும் அடங்கும்.

ஆக, வலதுசாரி அரசியல் தனது உள்ளடக்கமான தன்மையில் கொண்டிருக்கும் கலாசார ஒழுங்கு என்னும் கருத்தாக்கம் கீழ்மட்ட அளவில் நெகிழ்வைப் பிரதானப்படுத்தாமல் வன்முறையை நோக்கியே நகர்த்தும். அதன் எதார்த்த உதாரணங்களே இத்தகைய வன்முறைகள். இந்த இடத்தில் கவனமாக வலதுசாரித்தனம் என்பதை வெறும் பிஜேபி சார்ந்ததாகப் பார்க்காமல், விரிந்த தளத்தில் நோக்க வேண்டும். இதன் பொருள் அவர்களும் மற்றவர்கள் போன்றே என சொல்வதல்ல. மேலும் இத்தகைய வன்முறைகளுக்கு 'அரசியல் ஆளுமைகளின் புனித பிம்பம்' எத்தகைய அளவில் ஊக்கத்தைத் தருகிறது என்பது குறித்தும் நாம் விவாதிக்கவேண்டும்.

எப்போதுமே சர்வாதிகாரிகள் ஒழுக்கவாதிகளாக தம்மை முன்னிறுத்துவதில் கவனம் கொள்கிறார்கள். உதாரணத்துக்கு மோடி. நீங்கள் மோடியை ஆண் பெண் உறவு சார்ந்த விஷயங்களில் ஒரு நேருவாக கற்பனை செய்துபார்க்க முடியுமா? வெளிநாட்டு சுற்றுப்பயணத்தின்போது ஒருமுறை, "நீங்கள் குடையுடன் இருக்கும் புகைப்படத்தை நான் ட்விட்டரில் பார்த்தேன்" என்று ஒரு பெண் பத்திரிக்கையாளரிடம் சொல்லும்போது அவரது உடல்மொழியில் இருந்த தயக்கத்தையும், சங்கடத்தையும், செயற்கைத் தன்மையையும் நீங்கள் கவனித்திருக்கீர்களா? அது ஏன் என்று எப்போவாவது யோசித்திருக்கிறீர்களா? அது வெறுமே பெண்களைப் பொது வெளியில் எதிர்கொள்வதன் சங்கடம் மாத்திரம் அல்ல; தாம் கைகொண்டிருக்கிற புனித பிம்பங்களுடன் எதிர்கொள்வதன் சுமை.

இத்தாலியின் முன்னால் பிரதமர் பெர்லுஸ்கோனி ஒருமுறை ஓர் அலுவலகத்தில் இருந்து காரில் ஏறுவதற்கு வெளியே வருவார். அப்போது அருகே இருக்கும் இன்னொரு காரின் மீது குனிந்தபடி ஒரு பேப்பரில் ஏதோ எழுதிக்கொண்டிருக்கும் ஒரு பெண்மணியின் பின்னால் போய் அவரைப் புணர்வது போல நடித்துவிட்டு காரில் ஏறிச் செல்வார். யூடியூபில் அந்த வீடியோவை ஒரு முறை பாருங்கள். அது இத்தாலிய மக்களுக்குச் சொல்லும் செய்தி என்ன? எல்லாரும் பிறழுங்கள் என்பதா? அல்லது பொதுவெளியில் ஒரு பெண்ணை அவமதிப்பதன் வழியாக ஒரு சமூகத்தையே பெண் அவமதிப்பை நோக்கி உந்துவதா? அதுவொரு கேலி. அது ரசிக்கத்தக்க கேலியாக மட்டுமே எவ்வாறு அவர்களால் புரிந்துகொள்ள முடிகிறது? இப்படி ஒரு கேலியான விளையாட்டில் மோடி போன்ற ஒருவர் ஈடுபடுவதை நம்மால் கற்பனை செய்யமுடியுமா? அதே சமயம் பெர்லுஸ்கோனியிடம் போய் யாராவது இந்த ராஜஸ்தான் சம்பவத்தை சொன்னால், அவர் அதிர்ச்சியடைவார்தானே? ஆனால் மோடிக்கு ராஜஸ்தான் சம்பவம் அதிர்ச்சியைத் தராதுதானே? இந்த அபத்தம் குறித்த விசாரணையைத் தொடர்வதுதான் நவீன வாழ்வியலுக்கு முகம் கொடுப்பதன் அடிப்படை.

இத்தகைய புரிதல்களே, ஒரு வலதுசாரி அரசாங்கம் அரசதிகாரத்துக்கு வரும்போது தனிமனிதத் தன்னிலைகள் அந்தரங்கமாக அடையும் பதட்டங்கள் குறித்த எச்சரிக்கைகளை நமக்கு உண்டாக்கும். ஒரு கும்பலால் துகிலுரியப்பட்டு நிர்வாணமாக்கப்பட்ட காதலியைத் தானும் நிர்வாணமாகத் தோளில் சுமந்தபடி நடந்த ஒருவனுக்கு ஆறுதல் அளிக்கக் கூடியது, நேரு மவுண்ட்பேட்டனின் மனைவிக்கு சிகரெட் பற்றவைக்கும்

புகைப்படமா அல்லது ஆதித்யாநாத் கங்கையில் பாலூற்றும் புகைப்படமா என்பது வெறும் கேளிக்கைக் கேள்வி அல்ல, ஆழ்ந்த பொருளுள்ள அரசியல் கேள்வி. எல்லாரும் பதில் சொல்லவேண்டிய ஒரு காலத்தை நோக்கி நகர்ந்துகொண்டிருக்கிறோம்.

– ஆகஸ்ட் 2, 2017

*

5

இருளுக்கும் ஒளிக்கும் நடுவே

சமீபத்தில் நண்பனொருவனின் இரண்டாம் வகுப்பு படிக்கும் பெண் குழந்தைக்குப் பிறந்தநாள். அந்த அப்பார்ட்மெண்டில் இருக்கும் குழந்தைகள் உட்பட, பத்திற்கும் மேற்பட்ட குடும்பங்களுக்கு அழைப்பு விடுத்திருந்தான். நானும், அவனுக்கும் எனக்கும் பொதுவான சில நண்பர்களுமாக விழாவை சிறப்பிப்பதற்குப் போயிருந்தோம். கொஞ்சம் பெரிய வீடு. பஃபே உணவு. கேக் வெட்டியபிறகு செல்பி எடுத்துக்கொள்வது போன்ற வைபவங்கள் முடிந்து எங்களுக்குத் தேவையான உணவை எடுத்துக்கொண்டு ஹாலில் வந்து உட்கார்ந்துகொண்டோம்.

கொஞ்சம் வளர்ந்த பையன்கள் அலங்கரிக்கப்பட்டிருந்த சுவரில் ஒட்டப்பட்டிருந்த பலூன்களை உடைப்பதில் தீவிரமாக இருந்தார்கள். அப்போது ஒரு பெண்மணி (வழக்கமாக எல்லா பிறந்த நாள் விழாக்களிலும் நடப்பதுதான்) சினிமா பாட்டுக்கு நடனம் ஆடும் கொண்டாட்டத்தைத் தொடங்கிவைத்தார். எனது நண்பர்களில் ஒருவன் - தனது முப்பதுகளில் இருப்பவன் - மிக நன்றாக நடனம் ஆடுவான். மூன்று பாடல்களுக்கு அவன் மட்டும் சோலோவாக ஆடினான். வந்திருந்த மொத்த விருந்தினர்களின் கவனமும் அவன் மீது விழுந்தது.

அதில் பத்து பன்னிரெண்டு வயதில் இருக்கும் ஒரு குழந்தை, ஒரு பேச்சுக்காகத்தான் அவளைக் குழந்தை என்று சொல்கிறேன், அவளது முகம் மட்டும்தான் குழந்தைபோல இருக்கிறது, ஆனால் அவள் உருவத்தில் பள்ளி இறுதி வகுப்பில் படிக்கும் பெண்ணைப் போன்ற முதிர்ச்சியில் இருந்தாள், நண்பனை சுற்றிச் சுற்றி வரத் தொடங்கினாள். அங்கிள் நீங்க ரொம்ப நல்லா டான்ஸ் ஆடுறீங்க. எனக்கும் சொல்லித்தர்றீங்களா... எங்க கத்துகிட்டீங்க... போன்ற கேள்விகள். அந்தக் கேள்விகளை மெல்லிய சிரிப்புடன் எதிர்கொண்ட நண்பன் ஒரு கட்டத்தில் அவளது தொனியில்

துணுக்குற்றவனாக எனது முகத்தைப் பார்த்தான். அவள் கிட்டத்தட்ட ஒருவித flirt மோடில் அவனுடன் பேசத் தொடங்கினாள். வயது வந்த பெண்ணை இமிடேட் செய்வதைப்போல, உடலில் அப்படி ஒரு குதூகலமும் கொண்டாட்டமும் வந்து ஒட்டிக்கொண்டது அவளுக்கு. அதன் பிறகு அவளது வயதையொத்த மற்ற குழந்தைகள் இருக்கும் பகுதிக்கு அவள் போகவே இல்லை. ஆரம்பத்திலிருந்தே அவளது வயதில் இருக்கும் சிறுவர்களை அவள் ஒரு பொருட்டாகவும் கருதவில்லை.

அவன் உணவு எடுக்கப் போகும்போதுகூட அவன் பின்னாலேயே அவள் போனாள். நாங்கள் வெளியே தம்மடிக்கப் போன சமயத்தில் அங்கிருந்து உள்ளே எதேச்சையாகத் திரும்பிப் பார்க்கையில் அவள் வாசலில் நின்று கொண்டு அவனுக்காகக் காத்திருப்பது தெரிந்தது. நண்பர்கள் எங்களுக்குள் ஒருவித uneasyness-ஐ அது கொண்டுவந்துவிட்டது. அவள் ஒரு கல்லூரிப் பெண்ணாக இருந்திருந்தால் அதை எதிர்கொள்வதில் எந்த சிக்கலும் இருந்திருக்காதுதான். மேலும் அவளுக்கும்கூட இதை எவ்வாறு கையாள்வது என்று தெரிந்திருக்கும். ஆனால் இவள் சிறுமி. இதை எவ்வாறு கையாள்கிறோம் என்று தெரியாமல் நடந்துகொள்கிறாள் என்று நாங்கள் நினைத்தோம்.

அதேசமயம் எங்களுக்கு ஒரு சந்தேகமும் வந்தது. இல்லை... தான் என்ன செய்கிறோம் என்று தெரியாமல் ஒன்றும் அவள் செய்யவில்லை. தனது வயதுக்கு மீறிய ஒரு காரியத்தை செய்கிறோம் என்பது அவளுக்குத் தெரிந்தே இருக்கிறது என்பதுதான் அது. இப்படி ஒரு முடிவுக்கு வருவதற்கு உங்களை எது தூண்டியது என்று கேட்டால் எனக்கு சரியாக சொல்லத்தெரியாதுதான். ஆனால், அவளைக் குழந்தையாக மட்டும் பார்க்கும் தன்மையில் இருந்து எங்களை ஏதோ ஒன்று விலக்கிகொண்டே இருந்தது. அவளது முகம், உடல்மொழி, பாவனை என ஏதோ ஒன்று. அவளிடம் கடுமையான முறையில் முகத்தைக் காட்டுவதற்கும் அச்சமாக இருந்தது.

இது சமீபகாலங்களில் நான் எதிர்கொள்ள நேரிட்ட இரண்டாவது அனுபவம். யோசிக்கையில் மிகவும் sensitive ஆன ஒன்றாக இது மாறிக்கொண்டிருக்கிறது என்று நினைக்கிறேன். குழந்தைகள் எவ்வாறு தம்மீது அன்பு செலுத்தும் பெரியவர்களை சுரண்ட முயல்வார்களோ அதேபோல டீன் பருவத்தை நெருங்குகிற அல்லது டீனில் இருக்கும் குழந்தைகள் அதே சுரண்டல் தன்மையை ஒரு எல்லைக்குள் நின்று ஆண்களிடம் செய்துபார்க்க முயல்கிறார்கள்.

இவள் பள்ளிக் குழந்தையா அல்லது கொஞ்சம் விவரம் தெரிந்த பெண்ணா என்று ஓர் ஆண் முடிவுக்கு வராமல் தத்தளிக்கும் இடத்தில் நின்றுகொண்டு அவர்கள் விளையாடுகிறார்கள் என்று தோன்றுகிறது. இதை மிகவும் பொதுமைப்படுத்தி பார்க்கமுடியாது என்கிறபோதும், எல்லா சந்தர்ப்பங்களிலும் அவர்களை அப்பாவித்தனத்தை வெளிப்படுத்துபவர்களாக மட்டுமே பார்க்கும் பொதுப்புத்தியில் இருந்து நாம் வெளியேறவேண்டிய அவசியம் இருக்கிறது.

இந்த விஷயத்தில் பெண்கள்தான் மிக நேரடியாக அத்தகைய குழந்தைகளை எதிர்கொள்கிறார்கள். ஆண்களைப்போல அவர்களது செய்கைகளை குழந்தைத்தனம் என்ற ரொமான்டிசைஸ் செய்வதில்லை. சில நேரங்களில் ஏய்... இங்க வாடி... என்று அதட்டலுடன் குழந்தைகளை ஆண்களிடம் இருந்து அப்புறப்படுத்தும் அம்மாக்களின் குரல்களை நான் கேட்கிறபோது அது ஏதோ நாகரீகமற்ற தன்மை என்று நினைத்திருக்கிறேன். அது எல்லா நேரங்களிலும் அப்படி அல்ல என்று இத்தகைய சம்பவங்களுக்குப் பிறகு எனக்கு தோன்றிக்கொண்டே இருக்கிறது. குழந்தைகளோடு சேர்ந்து வளர்வதென்பது நவீன காலத்தின் சவால். அதை எதிர்கொள்ளும் பெற்றோர் அன்பானவர்களாக மட்டும் இருந்தால் போதாது என்பது எதார்த்தம்!

– ஆகஸ்ட் 8, 2017

*

6

தரிசனமும் தரித்திரமும்

இலக்கியத்தையும் லௌகீக வாழ்க்கையையும் கையாள்வது குறித்த வாசகரின் கேள்வி ஒன்றிற்கான ஜெயமோகனின் பதிலைப் படித்தேன். வாழ்க்கையை நான்கு நிலைகளாகப் பிரித்து அவர் பதில் சொல்லியிருந்த பாங்கு நன்றாக இருந்தது. அவரிடம் கேட்கப்படும் எல்லாவிதமான கேள்விகளுக்கும் அவரிடம் இருப்பது ஒரே பதில்தான் என்பது நீண்ட நாட்களாக அவரது பதில்களைப் படிப்பதன் வழியாக நான் புரிந்துகொண்டது. ஆனாலும் தொடர்ந்து படிப்பேன். நண்பன் ஜெகா ஜெகதீஸன் சொல்வதுபோல காலில் சுறுக்கு மாட்டிக்கொண்டு ட்யூப் லைட்டில் தொங்கி உயிரை மாய்த்துக்கொள்ளும் எத்தனம் அது. ஆனால், எனக்கு சுவாரஸ்யம் குறைவதே இல்லை. ஒரு மனக்கிலேசம் மட்டும் தொடர்ந்துகொண்டே இருக்கும் அவரிடம். அது என்னவென்றால் எல்லாவற்றையும் ஒரு வகைமைக்குள் அடக்கி பட்டியல் போட்டுவிடத் துடிக்கும் அவரது எழுத்து ஆவேசம். எனக்கு இருக்கும் மற்றொரு கெட்ட பழக்கம் இத்தகைய கேள்வி பதில்களைப் படிக்கையில், அதை எனது சொந்த அனுபவங்களுடன் ஒப்பிட்டு அசை போட்டுப் பார்ப்பது. அதையொரு உணர்தல் முறையாகத் தொகுத்து ஒரு கருத்தை நோக்கி நகர்வது.

என்னுடைய கல்லூரிப் பருவத்தில் எனக்கு நவீன இலக்கியம் அறிமுகமானது. முதலில் அறிமுகமானது இடதுசாரி சாய்வுள்ள எழுத்து. பிறகு எல்லாவகையான தீவிர வகைமைகளும். எனது பள்ளிக்காலத்தில் ஊரில் வசதியான குடும்பமாக இருந்த நாங்கள், சொத்துப் பிரிதல் அது சார்ந்த வழக்குகள் என்று எனது கல்லூரிக் காலத்தில் ரேஷன் அரிசியை மட்டுமே நம்பி வாழும் நிலைக்கு வந்திருந்தோம். நான் கல்லூரியை முடிக்கும்போது தினமும் ஒருவேளை மட்டும்தான் உணவு உண்ணமுடியும் என்கிற நிலைமை. அதுவும் மாலை ஐந்து மணிக்கு அந்த ஒருவேளை உணவு. அதுதான்

சரியான நேரம் என அம்மா தேர்வு செய்து வைத்திருந்தாள். அதற்கான அளவீடுகள் என்ன என்று எனக்கு இப்போதும் தெரியவில்லை. வாழ்ந்து நொடித்த குடும்பம் என்பதால் இந்த பட்டினியை ரகசியமாகக் காக்கவேண்டிய கடமையும் இருந்தது அவளுக்கு. முன்னாள் மிராசுதாரரான அப்பா கூலி வேலைக்குச் செல்லப் பழகிக்கொண்டிருந்தார்.

நான் வேலை தேடுகிறேன். உடனே கிடைக்கவில்லை. ஒரு நாளைக்கு பத்திலிருந்து பதினாறு மணி நேரம் வாசிப்பதும் அது குறித்து விவாதிப்பதும்தான் பொழுதுபோக்கு. வாழ்க்கை குறித்த தீவிர அச்சம் கவிந்திருந்த காலம். ஆனால் அதுவொரு விரக்தியாக மாறியதே இல்லை. எனது இருபதுகளில் என்னை ஆக்கிரமித்திருந்த படைப்புகள் என்னை அவ்வளவு உயிர்ப்புடன் வைத்திருந்தன. முதல் வேலை கும்பகோணத்திலேயே. சம்பளம் போதவில்லை. பிறகு வேலை தேடி ஓசூர். அதிலும் பெரிய சம்பளம் ஒன்றுமில்லை. இருந்தாலும் அடுத்த நிலைக்குப் போகவேண்டும் என்கிற உந்துதல் என்னைச் செலுத்தியது.

நான் வேலை செய்த அந்த ஓசூர் நிறுவனத்தில் பழைய scrap களை மாதம் ஒருமுறை எடைக்குப் போடுவார்கள். அந்த மாதம் அதன் எடையை சரி பார்த்து பணத்தை வாங்கி வருவதற்காக என்னை அந்த லாரியிலேயே போகச் சொன்னார்கள். செல்லும் வழியில் லாரி எடை மெஷின் இருக்கும் பக்கமாகப் போகாமல், வேறு ஒரு குடோனுக்குச் சென்று வண்டியிலிருந்து கொஞ்சம் scrap- ஐ இறக்கிவிட்டு திரும்ப எடை மெஷினுக்குப் போனது. scrap வியாபாரி என்னை ஒரு பொருட்டாகவே மதிக்கவில்லை. என்னிடம் எதுவும் கேட்கவும் இல்லை. இப்போது எடை போட்டுவிட்டு அந்த எடைக்குரிய பணத்தைக் கணக்கிட்டு என்னிடம் கொடுத்தார்கள். என்ன நடக்கிறது என்று நான் புரிந்துகொள்வதற்குள்ளாகவே எனது பையில் தனியாகக் கொஞ்சம் பணத்தைத் திணித்துவிட்டு பைக்கில் ஏறிப் போய்விட்டார்கள்.

நான் அறைக்கு வந்து எண்ணிப் பார்த்ததில் முன்னூறு ரூபாய் இருந்தது. அப்போது எனது சம்பளம் ஆயிரத்து ஐநூறு ரூபாய். மறுநாள் கம்பெனிக்குப் போனபோது அந்த முன்னூறு ரூபாயையும் எடுத்துப் போயிருந்தேன். கம்பெனி பணத்தோடு சேர்த்து அதையும் கொடுத்துவிடலாம் என்று நினைத்திருந்தேன். ஆனால் கொடுக்கும்போது அவ்வாறு சேர்த்துக் கொடுக்கவில்லை. அதை நானே வைத்துக்கொண்டேன். இப்போது வரை அந்த செய்கைக்கான

காரணம் எனக்குப் புரிந்ததில்லை. அதை வரையறுக்கவே எனக்கு முடியவில்லை. அதுவொரு கணநேர முடிவு. அவ்வளவுதான்.

பிறகு சென்னையில் வேலை. சில வருடங்களில் subcontract manager ஆக உயர்ந்திருந்தேன். பணம் வாங்குவதற்கு அவ்வளவு வாய்ப்பு. அதுவொரு மீடியம் லெவல் கார்ப்பரேட் கம்பெனி. அங்கு லஞ்சத்துக்கு வேறு பெயர். நீங்கள் விரும்பினால் வார இறுதியை subcontractor- களின் செலவில் எதாவது ரெசார்ட்டில் கழிக்கமுடியும். மது, பெண்கள் எல்லாம் அவர்களே ஏற்பாடு செய்துவிடுவார்கள். அதற்காக உங்களை, உங்களது பணியில் சமரசம் செய்துகொள்ளச் சொல்லி பாடாய்ப்படுத்துவார்கள் என்றும் அல்ல. அதற்கும் இதற்கும் தொடர்பே இருக்காது. அதுவொரு comfort. பரஸ்பர உத்தரவாதம். நீங்கள் படுத்தாமல், தேவையற்ற காலதாமதம் செய்யாமல் உங்களது வேலையை நீங்கள் செய்வதற்கான லஞ்சம் அது.

அப்போதும்கூட எனக்குத் தேவையான சம்பளம் கிடைக்கவில்லைதான். ஆனால், சம்பளம் தவிர்த்த மற்ற வகைகளில் பணம் சம்பாதிப்பதில் எனக்கு ஆர்வமில்லை. அதே சமயம் லஞ்சத்துக்கு எதிராகப் பொங்கும் மனநிலையிலும் நான் இல்லை. அந்த சொகுசை அனுபவிக்கும் அலுவலக நண்பர்களிடம் குற்றவுணர்ச்சியை ஏற்படுத்துவதில்லை. வாங்கிய சம்பளத்தில் எனது செலவு போக வீட்டில் கொடுத்துவிடுவது வழக்கம். எனக்கென்று ஒரு ரூபாய்கூட தனியாக வைத்துக்கொண்டதில்லை. இடைப்பட்ட அந்தப் பத்து வருடங்களில் மூன்று கம்பெனிகள் மாறினேன். ஒவ்வொரு வேலைக்கு இடையிலும் ஆறு மாதம், மூன்று மாதம், ஒரு வருடம் என வேலை கிடைக்காமல் ஊரில் திரிந்தேன்.

இதுவரை ஒரு தடவைகூட வேறு வேலையைத் தேடிக்கொண்டு இருக்கும் வேலையை விட்டதில்லை. இந்த வேலை வேண்டாம் என்று நினைத்த நிலையில் அதிலிருந்து உடனே வெளியேறுவதுதான் எப்போதும் செய்வது. சிகரெட்டுக்குக்கூட கையேந்தும் நிலைமையில்தான் அடுத்த வேலை தேடவே தொடங்குவேன். வீட்டில் கடுமையாக அதிருப்தி அடைவார்கள். நல்ல வேலையை இவனது திமிரால்தான் விட்டுவிட்டான் என்று நண்பர்கள் போட்டுக் கொடுப்பார்கள். வீட்டில் என்னை எல்லா வகையிலும் செருப்பால் அடிப்பார்கள். உள்ளூர் பிராந்தி கடையில் - அப்போது டாஸ்மாக் அல்ல; தனியார் கடைகள் - குடித்துவிட்டு பகலிலேயே மட்டையாகும் அளவுக்கு வளர்ந்தபோது அஞ்சித்தான் போனார்கள். இதற்கிடையில் சில காதல்கள் வேறு.

ஜி. கார்ல் மார்க்ஸ்

ஆனாலும் அடுத்த வேலை என்று நகரும்போது எல்லாவற்றையும் மறந்துவிடுவேன். வீட்டிலும் மறந்துவிடுவார்கள். கிட்டதட்ட ரோலர் கோஸ்டர் போன்ற அனுபவம் என்னுடையது. வேலையில் இருக்கும்போது செழிப்பாக இருக்கும் அதே இடத்தில் வேலையில்லாமல் பிச்சை எடுப்பது. ஒருமுறை ஓர் இன்டர்வியூவிற்குப் போய்விட்டு அம்பத்தூர் பஸ் ஸ்டாண்டில் சைதாப்பேட்டைக்கு பஸ் ஏற நின்றுகொண்டிருந்தேன் (அதே அம்பத்தூரில் ஒரு வருடத்திற்கு முன்பு வேலையில் இருந்திருந்தேன்). அதுவொரு தீவிர இண்டர்வியூ. நிறைய சோர்ந்துபோயிருந்தேன். சிகரெட் குடிக்கவேண்டும்போல இருந்தது. ஆனால் கையில் இருக்கும் காசு பத்தாது. பஸ் வருவதற்கு வேறு தாமதமாகிறது. போய் ஒரு டீயும் சிகரெட்டும் குடித்தேன். பஸ் வந்ததும் ஏறிக்கொண்டேன். டிக்கெட்டாவது மயிராவது என்று அப்படி மிதப்பு வந்தது. சைதாப்பேட்டை வந்ததும் சிக்னலில் குதித்திருக்கலாம். செய்யவில்லை. இறங்கும் இடத்தில் செக்கர் நின்றுகொண்டிருந்தார். இறங்கி அவர் எதிரே போய் நின்றேன். அவர் என்னிடம் ஒன்றும் கேட்காமல் எனக்குப் பின்னால் வந்தவனிடம் “டிக்கெட் இருக்கா” என்று கேட்டார். நான் அந்த நிமிடம் யாரிடமாவது சண்டை போடும் மனநிலையில் இருந்தேன். அது எனக்கு அப்போது வாய்க்கவில்லை.

இந்த எல்லா காலங்களிலும் நான் தொடர்ச்சியாக ஒன்றை செய்தேன் என்றால் அது வாசித்ததுதான். அது எனக்கு எங்காவது பயன்பட்டதா என்றால் சொல்லத்தெரியவில்லை. எனக்கு நான் செய்யும் வேலை பிடித்திருக்கிறது என்பதால் அதைச் செய்கிறேன். இப்போதும் சாருவின் கதைகளைப் படிப்பது போலவே என்னால் *metallurgy* யும் *welding technology* யும் படிக்கமுடியும். எனக்குப் பிடித்த துறை இது. இலக்கியம் என்பது தவிர்க்கமுடியாத *passion* எனக்கு. நோயோ போதையோ அல்ல. அது ஆன்மீகத்திற்கான பாதை என்றும் நான் வரித்துக்கொள்ளவில்லை.

ஒரு நாளைக்கு பன்னிரெண்டு மணி நேரம் உழைக்க வேண்டியிருந்தாலும் இப்போது இருப்பது நல்ல வேலை. என்னை விட வீட்டில் உள்ளவர்கள், நண்பர்கள் என் பணத்தின் மீதான சொகுசுக்குப் பழகியிருக்கிறார்கள். எனக்கு வேலை கஷ்டமாக இருக்கிறது என்று எப்பொழுதாவது நான் புலம்பினால் அமைதியாக என் முகத்தைப் பார்க்கிறார்கள். பழைய அனுபவம் அவர்களை பீதியூட்டுகிறது. ஆனால், இப்போதும் என்னால் காசு இல்லாமல் பஸ் ஏறமுடியும் என்பதே என்னை வாழத்தூண்டுகிறது!

– ஆகஸ்ட் 15, 2017

*

7

தமிழ் சினிமா: கோடுகளை அழிக்கும் ரப்பர்!

இந்த விவேகம் திரைப்படம் தொடர்பான செய்திகளையும் விவாதங்களையும் சமூக ஊடகங்களில் கவனிக்கையில் ஒன்று மட்டும் தெரிகிறது. நமக்கு சினிமா என்பது மதம். நடிகர்கள் கடவுள்கள். நமக்குப் பிடித்த கதை நாயகர்களை யாராவது விமர்சித்துவிட்டால் நாம் மிக ஆழமாகக் காயமடைகிறோம். அவ்வாறு விமர்சிப்பவர்களை மன ரீதியாகவோ அல்லது உடல் ரீதியாகவோ காயப்படுத்த விரும்புகிறோம். குறைந்தபட்சம் நாம் இயங்கும் சைபர் வெளியிலாவது ரத்தம் தெறிக்கவைத்தால்தான் நமக்கு ஆசுவாசமாக இருக்கிறது. அளவில் குறைந்தது என்றாலும் ஒருவித "தணிக்கை மனநிலையை" நோக்கி எல்லாரையும் தள்ளியிருப்பதில் அஜித் ரசிகர்கள் இந்த விவகாரத்தில் வெற்றியடைந்திருக்கிறார்கள்.

தீவிர மசாலா சினிமாக்கள் தமிழுக்குப் புதிததல்ல. இங்கு எடுக்கப்பட்ட மாற்று சினிமாக்களை ஒப்பிட கருத்தியல் ரீதியாகக் கூட சீர் மிகுந்த வணிக சினிமாக்கள் வெளிவந்திருக்கின்றன என்பது வரலாறு. அதனால் இங்கு வரும் விமர்சனங்கள் வணிக சினிமாவுக்கு எதிராக இல்லை; வணிக சினிமாவுக்கான அடிப்படைகள்கூட இல்லாத மொக்கை சினிமாவாக இருக்கின்றன என்பதாலேயே. சினிமா தியேட்டர்களில் அடித்துக்கொண்டு மண்டையை உடைத்துக்கொள்வது, சினிமா மோகத்தில் குடும்பத்தைக் கவனிக்காமல் விடுவது, என் தலைவன் உசத்தியா? உன் தலைவன் உசத்தியா? என்று போட்டி போட்டுக்கொண்டு அது சண்டையில் முடிந்து சார்ந்தோர் சந்தியில் நிற்பது என இதன் உப விளைவுகள் நமது அன்றாட வாழ்வில் நாம் கண்டதும் கேட்டதும்தான்.

விஞ்ஞான வளர்ச்சி என்பது மற்ற விஷயங்களில் எப்படியோ, திரையரங்குகள், டிக்கெட் கவுண்டர்கள் போன்ற கொலைக்களங்களில் இருந்து மக்களை விடுவித்ததற்காக டிவிக்கும், சிடிகளுக்கும் நாம் நன்றி சொல்லவேண்டும். சினிமா உருவாக்கம்,

சினிமா அரங்கங்கள், திருட்டு விசிடி, ப்ரோமோ, வியாபாரம், விநியோகம், டாரண்ட் போன்றவற்றில் பாரதூரமான மாற்றங்கள் அந்தத் துறையில் நிகழ்ந்திருக்கின்றன. எத்தனை குறைகள் இருந்தாலும், அங்கு நிகழ்ந்திருக்கிற மாற்றங்கள் என்பது ஓரளவுக்கு ஜனநாயகப் பூர்வமானவை. அடிப்படை மனித விழுமியங்களுக்கு நெருக்கமானவை. அதற்குப் பயனளிக்கக்கூடியவை.

மாறாக நம் சூழலில் சினிமாவில் நிகழ்ந்த எந்த முன்னேற்றங்களும் மாற்றங்களும் ஒரு விஷயத்தில் எந்த மாற்றத்தையும் விளைவிக்காமல் தோற்றுப்போனது என்றால் அது தீவிர ரசிகர்கள் என்று தங்களை அழைத்துக்கொள்கிற வேறெந்த அடையாளமும் அற்ற சினிமா பொறுக்கிகளிடம்தான். பெரும்பாலும் சினிமா சினிமா என்று அலையும் உதிரிகளை ஒன்றுக்கும் உதவாத சமூக விரோதிகளைப் போல காணும் சமூகப் பண்பு நம்மிடம் உண்டு. ஒவ்வொரு கிராமத்திலும், நகரத்திலும் அத்தகைய ரசிகர்களை நீங்கள் காணமுடியும்.

வந்த அன்றே அந்தப் படத்தைப் பார்த்துவிடுவது, மீண்டும் மீண்டும் பார்ப்பது, ரசிகர் மன்றங்கள் அமைத்துக்கொண்டு கொடி கட்டுவது, ஊர்வலம் செல்வது, நடை உடைகளில் தனது பிரத்யேக நடிகனின் பாவனைகளை வெளிப்படுத்துவது, போட்டி நாயகனின் குணங்களை கிண்டல் செய்யும் உடல்மொழியை வெளிப்படுத்தி அந்த நாயகனை விரும்பும் மற்ற ரசிகர்களைச் சீண்டுவது, பெண்கள் உள்ளிட்ட ஒடுக்கப்படும் தரப்பினரை மேலும் மேலும் ஒடுக்கும் ஆண்மையப் பார்வையை ஆண்மையின் கம்பீரமாக வரித்துக்கொள்வது என்பதாக இதன் குணங்கள் தம்மை வெளிப்படுத்திக்கொண்டன. இது அப்படியே இன்றைய நவீன உலகத்திலும் இருக்கிறது. அதன் வடிவம்தான் வேறு. மேலும் இதற்கு ஒரு சமூக அந்தஸ்தை அவர்கள் பெற்றிருக்கிறார்கள் என்பதுதான் இந்த விஷயத்தில் நாம் அடைந்திருக்கும் வளர்ச்சி. பொறுக்கித்தனத்தில் ஒரு தீவிர எம்ஜியார் ரசிகனும், அஜீத் ரசிகனும் ஒன்றுதான். போட்டிருக்கும் சட்டையின் கலர் வேறு, செய்யும் வேலை அடைந்திருக்கும் கல்வித்தகுதி வேறு என்பதைத் தவிர வேறு மாற்றமில்லை.

எம்ஜியார் காலத்து அரசியலுக்கும், இன்றைய சமகால அரசியலுக்கும் இருக்கும் பிரத்யேக வேறுபாடு என்பது நமக்கு முன்னால் மிகுந்து நிற்கிற ஊடகங்கள் மற்றும் அரசியலைத் தெரிந்துகொள்ள நமக்கு இருக்கிற வாய்ப்பு என்பதில் இருக்கிறது.

மேலும், ஒரு தவறான அரசியல் முடிவு சிவில் சமூகத்தால் எடுக்கப்படுகிறபோது, அந்த மையின் ஈரம் காய்வதற்கு முன்னாலேயே அதன் விளைவுகள் அப்பட்டமாக தெரியத் தொடங்குகிற வேகம் வேறு. இவையெல்லாம் இருபது இருபத்தைந்து வருடங்களுக்கு முன்னால் இருந்த மக்களுக்கு வாய்க்காதவை. இதை அப்படியே ரசிகர்களுக்குப் பொருத்திப் பார்த்தால், அதன் எல்லைகள் கற்பனைக்கு எட்டாதவை என்பது புரியும்.

இன்று வலைத்தளங்களில் கிடைக்காத ஒன்று என்பதே கிடையாது. ஓரளவு வசதியுள்ள கிராமங்கள் முதல் இரண்டாம் மூன்றாம் நிலை நகரங்கள் வரை இணைய வசதி இல்லை என்பதே இல்லை என்று ஆகியிருக்கிறது. ஒரு சினிமா ரசிகனின் முன்னால் இன்று திறந்து வைக்கப்பட்டிருக்கும் வாய்ப்பு என்று பார்த்தால், அவனது வாழ்க்கை மொத்தத்தையும் பணயம் வைத்தால் கூட துய்க்க முடியாத அளவுக்கு மலையைப் போல குவித்துவைக்கப்பட்டிருக்கும் உச்சமான கலைகள். விதவிதமான ரசனையைத் தூண்டுகிற படங்கள், மேதைமையை வெளிப்படுத்துகிற படங்கள் என அப்படி ஒரு வாய்ப்பு அவனது முன்னால் கொட்டிக்கிடக்கிறது.

நாற்பது வருடங்களுக்கு முன்னால் எம்ஜியாரின் சிவாஜியின் படத்திற்காக தவம் கிடந்த ஒரு ரசிகனும் இருபது வருடத்துக்கு முன்னால் ரஜினியின் கமல்ஹாசனின் படத்திற்காகக் காத்திருந்த ஒரு ரசிகனும் இன்று அஜித்திற்காக விஜய்க்காகக் காத்திருக்கிற ரசிகனும் ஒன்றா என்ற கேள்வி இருக்கிறது? இதை நாம் திறந்த மனதுடன் பரிசீலித்துப் பார்க்கவேண்டும். வயதில் குறைவென்றாலும் மற்ற எந்தக் கலையையும் விட சினிமா எனும் கலை மனிதப் பரப்பிற்குள் ஊடுருவிய வேகம் என்பது கற்பனைக்கு எட்டாதது. மேலும் அதேவேகத்தில் அது மற்றைய கலைகளைத் தின்று செரித்தது. அவற்றை இல்லாமல் ஆக்கியது. நம் இந்தியச் சூழலில் மற்ற எல்லா கலைகளையும் விளிம்பிற்குத் தள்ளியதில் சினிமாவுக்குப் பெரும் பங்கு உண்டு.

இதன் வசீகரத்திற்கு முக்கியக் காரணம் அதனால் நாம் அடைகிற துய்ப்பின்பம். எந்த உழைப்பும் இல்லாமல் காண்பதன் வாயிலாகவே எல்லா நுகர்ச்சியையும் அனுபவிக்க அது தரும் வாய்ப்பு. மேலும் மிக முக்கியமாக எளிய விஷயங்களைக்கூட பிரமாண்டமானதாக ஊதிப் பெருக்கிக் காட்ட முடிந்த அதன் வீச்சு. இறுதியாக, அற்பத்தனங்களையும்கூட கலையாக மாற்றி பார்ப்பவனின் முன்னால் பரிமாற முடிகிற அதன் ஜிகினா மினுமினுப்பு.

ஜி. கார்ல் மார்க்ஸ்

இப்படி நான் சொல்வதை சினிமா எனும் கலையை மாற்றுக் குறைந்ததாக சொல்கிறேன் என்று புரிந்துகொண்டுவிடக்கூடாது. மற்ற கலைவடிவங்களைவிட இங்கு அசலுக்கும் போலிக்குமான கோடு ரொம்பவும் அரூபமானது என்பதே நான் சொல்ல வருவது.

தமிழகத்தில் சினிமா அடிமைகள் என்று அறியப்படுகிற பெரும்பான்மை ரசிகர்கள் கலைக்கு அடிமையானவர்கள் அல்ல. இந்த ஜிகினாத்தனத்துக்கு அடிமையானவர்கள். அதன் காரணமாக கை நடுங்குகிறவர்கள். சமூக ஊடகங்களில் வெளிப்படும் பெரும்பகுதி ஊளைச் சத்தம் இத்தகைய நோயாளிகளிடம் இருந்துதான் கசிகிறது. கலையமைதி என்பது கூச்சலுக்கு எதிரானது. கூச்சல் மிகுதியாக இருக்கிறது என்றால் கலை தாழ்ந்திருக்கிறது என்று பொருள். ஆனால் இங்கோ, கூச்சல் இல்லாமல் ஒரு ரசிகக் குஞ்சும் உயிர்த்திருப்பதில்லை. மேலும் சினிமா அடிமைகள் உருவாவதில் யாரும் காணாத புள்ளி ஒன்று உண்டு, அது இத்தகைய அடிமைகளின் உருவாக்கத்தில் மற்றைய கலைகளை அது அழித்ததன் வன்முறைக்கு இருக்கும் பங்கு மற்றும் மேலும் அதன் வழியாக அது சாத்தியப்படுத்திய அரசியல் சொரணை நீக்கம். இது எங்ஙனம் நிகழ்கிறது என்று பார்ப்போம்.

கலையின் ஆதார அடிப்படை என்பது, "தம்மை நோக்கி வருபவர்களிடம் அது தமது கலைத்துவம் செயல்பட அனுமதிக்கும்" என்பதே. "கலை போலி" என்பதற்கும் இந்த அளவீடே அடிப்படை. போலியான கலை தம்மிடம் வருபவனை வெளிறச் செய்யும். மிக முக்கியமாக உண்மையான கலையை நோக்கிய அவனது தேட்டத்தை இல்லாததாக்கும். அதன் மீதான வெளிச்சத்தை மறைப்பதன் வழியாக அவனை சிறைப்படுத்தும். கொஞ்சம் கொஞ்சமாக நிஜக் கலையின் மீதான ஒவ்வாமையைக் கூட்டி அவனைக் கலைக்கு எதிரானவனாக நிறுத்திவிடும். ஒருவனைக் கலைக்கு எதிரானவனாக மாற்றுவது என்பது அவனை அவனால் அடைய முடிந்த ஆன்மீக விடுதலைக்கு எதிராக மாற்றி நிறுத்துவதும்தான். அந்த வகையில் போலியான மசாலா திரைப்படங்கள் செய்வது ஒரு தனிமனிதனை சமூக விரோதியாக மாற்றும் செயலே. அந்த வகையில் இங்கு இருக்கிற பெரும்பான்மைக் கதாநாயகர்கள் குற்றவாளிகளே.

அவர்களை விதந்தோதுகிற, அதற்கு எல்லா வகையிலும் முட்டுக்கொடுக்கிற ஆளுமைகளும் தன்னளவில் உதிரிகளே. தன்னை எதற்குள்ளும் பொருத்திக் கொள்ள முடியாத, கலையின்

வழித்தடத்தில் நகரத் தேவையான குறைந்த உழைப்பைக்கூட நல்கத் தயாராக இல்லாத சோம்பேறிகளே மசாலாக் குப்பையில் தலையை நுழைத்துக்கொண்டு திளைப்பார்கள். தனது போதையின் அருவருப்பைத் தானே சகிக்கமுடியாமல் போகிறபோது, அதை ஹீரோயிசம்போல கட்டமைக்க முயல்வார்கள். அந்த வெற்றுக் கூச்சலின் கிளுகிளுப்பில் அடையும் உன்மத்தமே, என் தலயைப் போல வருமா? என் தளபதியைப் போல வருமா? எனும் அற்பத்தனமாக பொதுவெளியில் வழிந்தோடுகிறது. இதற்கு எந்தப் பொருளும் இல்லை என்று அவர்களுக்குத் தெரியும்.

ஏனெனில் இந்த ஹீரோயிசம் மிகவும் போலியானது என்பது மற்றவர்களைவிட கத்துபவர்களுக்குத் தெரியும். சினிமாவில் கதை இல்லை என்பதற்குக் காரணம் இந்த தேசத்தில் கதை இல்லை என்பதல்ல; அதை எடுக்கத் திராணியில்லாத பேடிகள் உங்களது கதாநாயகர்கள் என்பதே. ஒரு கதிராமங்கலத்தை உற்றுப் பார்த்தால் நீங்கள் பல்கேரியாவில் போய் பல்டியடிக்கவேண்டிய அவசியம் இருக்காது. அதைப் படமாக எடுப்பதற்கு உண்மையான கலையின் மீதான வெறித்தனம் வேண்டும். அது ஏன் நம் கதாநாயகர்களுக்கு இல்லை என்று கேள்வியை நோக்கிப் போனால் லாப வெறியை கலையாகப் பரிமாறும் அவர்களின் அபத்தத்தை நீங்கள் புரிந்துகொள்ளமுடியும். அப்படிப் புரிந்துகொள்ளும்போதுதான் நீங்கள் கிழிக்க வேண்டியது ப்ளூ சட்டையை அல்ல என்றும் தெரியும்!

– ஆகஸ்ட் 28, 2017

*

8
நமது கடவுளர்கள் மிகவும் வன்முறையானவர்கள்

மத நம்பிக்கைகள் குறித்து சிந்திக்கும்போதெல்லாம் என்னை ஆச்சரியப்படுத்தும் ஒரு விஷயம் நாம் எவ்வளவு எளிதாகக் காயப்பட்டுவிடுகிறோம் என்பதுதான். இந்த விஷயத்தில் பெரும்பான்மை, சிறுபான்மை என்கிற எந்த பாகுபாடும் கிடையாது. அதை வெளிப்படுத்துவதில் உடல் பலம், குழு பலத்தை உள்ளிட்டு நமது சகிப்புத்தன்மை கூடிவிடுகிறது அல்லது குறைந்துவிடுகிறதே தவிர காயமடைவது அனிச்சையாக நடந்தேறுகிறது.

இது ஏன் என்று எப்போதாவது யோசித்துப் பார்த்திருக்கிறோமா? அது சார்ந்த ஒரு பொது உரையாடலுக்கு நமது மனது எப்போதாவது தயாராக இருக்கிறதா? மத விவாதங்களில், 'உரையாடல்' என்றாலே ஒருவித 'துணுக்குறுதல்' வந்து ஒட்டிக்கொள்கிறது. மத விஷயத்தில் வெளிப்படையான விவாதம் என்பதைப் போன்ற ஒரு பொய் இருக்கமுடியாது. அதில் நாம் அவ்வளவு பூஞ்சையானவர்கள்.

இன்று ஒரு புகைப்படத்தைப் பார்த்தேன். ஒரு குழந்தையின் தலை துண்டிக்கப்பட்டிருக்கிறது. ஏனெனில் அந்தக் குழந்தை ஒரு மதத்தை பிரதிநிதித்துவப் படுத்துகிறது. மாற்று மதத்தைச் சேர்ந்த தீவிர நம்பிக்கையாளன் ஒருவன் அந்தக் குழந்தையின் தலையை அதன் உடலில் இருந்து பிரித்துவிடுகிறான். அந்தத் தலையைக் கையில் ஏந்திக்கொண்டு அதைப் பெற்றவன் அழுதுகொண்டிருக்கிறான். தலையற்ற அந்த உடலை தனது மடியில் சாய்த்துக்கொண்டு அழுதுகொண்டிருக்கிறாள் ஒருத்தி.

இன்றைய நாகரிக வளர்ச்சியில் அது ஒளித்துணுக்காக, சிறிய படமாக நமது கணினித் திரையில் ஒளிர்கிறபோது நமது கையில் ரத்தத்தின் பிசுபிசுப்பை உணரமுடிகிறது. அது ஊர்ந்து ஊர்ந்து இதயத்தின் உள்ளே போய் காய்ந்து அதை இறுக்குகிறது. கண்ணீர் துளிக்கிறது. நமது மகனோ மகளோ நினைவுக்கு வருகிறார்கள். ஒரு

கணம் நமது சுவாசம் நின்று துடிக்கிறது. நமது சொந்தக் கடவுளை நோக்கிப் பிரார்த்தித்து மீள்கிறோம். கூடவே அவசர அவசரமாக இப்படி ஒரு நிலைமை நமக்கோ நமது சந்ததிக்கோ வராது என்று நினைக்கிறோம். வரக்கூடாது என்று மனதார விரும்புகிறோம்.

இந்த அவசர விழைதல்தான் இருபுறமும் கூரான வன்முறையின் புள்ளி.

அங்கிருந்துதான் இந்த அச்சத்தை நாம் ஆராயத் தொடங்கவேண்டும். நமது நம்பிக்கைகளே நமது அச்சத்தின் தொடக்கம். எவ்வளவுக்கு எவ்வளவு நாம் மிக ஆழமாக ஒரு விஷயத்தை நம்பத் தொடங்குகிறோமே அவ்வளவுக்கு அவ்வளவு நாம் அந்தரங்கமாக பிளவுபட்டுவிடுகிறோம் என்று நினைக்கிறேன். நமது கடவுளர்கள் மிகவும் வன்முறையானவர்கள். நாம் அவர்கள் குறித்து உருவாக்கி வைத்திருக்கும் கதைகள் அவ்வளவு வன்முறை நிரம்பியவை.

ஒரு கடவுள், பக்தனிடம் அவன் பெற்ற குழந்தையின் குருதியை தானமாகக் கேட்கிறது. இன்னொரு கடவுள் பிரார்த்திப்பவனின் கண்களை தானமாகக் கோருகிறது. தனது பக்தியை நிரூபிக்க அவர்கள் அதைச் செய்கிறார்கள். சோதனையின் முடிவில் கடவுள் தோன்றி அவர்களது பக்தியின் செறிவு குறித்து புளகாங்கிதம் அடைகிறார். அவர்களுக்கு சொர்க்கத்தைக் காட்டுகிறார். கேட்டதைக் கொடுக்கிறார்.

இதற்கு இன்னொரு பகுதி இருக்கிறது. இத்தகைய அதி கதைகளுக்கு எந்த காலத்திலுமே முகம் கொடுக்க முடியாத பூஞ்சையான, பலவீனமான, அஞ்சிக்கொண்டே இருக்கிற பக்தர்களின் கதை அது. நமது சமூகத்தை பெரும்பான்மையாக ஆக்கிரமித்திருக்கிற மனிதர்களின் இருப்பு அத்தகைய மனநிலையில்தான் பொதிந்திருக்கிறது. நாம் எதற்காக அதை நம்புகிறோம் என்று தெரியவில்லை.

எப்போதும் நமக்கு பிரமாண்டங்களின் மீது தீராத பற்று இருக்கிறது. ஆனால் பிரம்மாண்டங்கள் ரத்தத்தின் மீதே எழுப்பப்பட முடியும். ஆனாலும் அதன் மீதான மையலை நம்மால் கைவிட முடிவதே இல்லை. ஏதாவது ஒன்றை மிக பிரமாண்டமாகப் படைத்து அதன் முன்னால் மண்டியிட்டுக்கொண்டே இருப்பதில் நாம் கொள்ளும் வெறித்தனமே நமது ஆன்மீகமாக அறிவிக்கப்பட்டிருக்கிறது. ஸ்தூலமான பிரமாண்டத்தின் முன்னால் கருத்தின் பிரமாண்டம்

ஜி. கார்ல் மார்க்ஸ்

விசுவரூபமெடுத்து எல்லைகளற்று நிற்கிறது. கடவுள் என்பது மிகப்பெரிய பிரமாண்டம்.

இந்த அஞ்சச் செய்கிற பிரமாண்டத்தை உயிர்ப்பித்து உலவவிடுவது அதன் மீது நாம் கொள்ளும் நம்பிக்கையும் பற்றும். நம்பிக்கையாளனுக்கு அவன் நம்புகிற கடவுள் எனும் வெளி அளக்கமுடியாதது. அவனால் மட்டுமல்ல; யாராலும் அதை அளக்க முடியாது என்று அவன் நினைக்கிறான்.

ஆனால், ஒரு நம்பிக்கையை இன்னொரு நம்பிக்கையின் மூலம் எதிர்கொள்ள முயல்கிறபோது அந்த பிரமாண்ட பலூனில் இறங்கும் ஓர் ஊசியைப்போல ஆகிறது மாற்று நம்பிக்கை. அதில் எவ்வளவு கேலியும் கிண்டலும் வந்துவிடுகிறது பாருங்கள். ஒருவனுக்கு தனது உயிரையே ஈந்துவிடுவதற்கு போதிக்கிற ஒரு நம்பிக்கை இன்னொருவனுக்கு பெரும் அசூசையாக தோற்றம் கொள்கிறது. அதைக் கடப்பதற்கு புலன்களைப் பொத்திக்கொண்டு ஓடவேண்டியிருக்கிறது. இப்படி ஓடி ஓடிக் கடக்கும்போதுதான் இதை ஒருநாள் இல்லாமல் ஆக்கிவிட வேண்டும் என்கிற நினைவு செரிவடைந்துகொண்டே இருக்கிறது.

ஓர் அடையாளம் இன்னொரு அடையாளத்தை அச்சுறுத்திக் கொண்டே இருக்கிறது. அடையாளங்களுக்கு இடையே சாத்தியப்படும் சமரசம் என்பது அன்பினால் வருவதல்ல என்று தோன்றிக்கொண்டே இருக்கிறது. பலத்தால்தான் தீர்மானிக்கப்படுகிறது. பலம் என்பது எண்ணிக்கையை அடிப்படையாகக் கொண்டது. எண்ணிக்கை என்பது நம்பிக்கையால் பெருக்கப்படக்கூடியது. இன்றைய நவீன சமூகங்களுக்கு மாத்திரம் அல்ல, ஒட்டுமொத்த மனித குல இருப்புக்கும் இதுவே அடிப்படை.

நம்பிக்கை என்பது பலத்தைக் கூட்டுவதற்கு சொல்லப்படுவதே. பலம் என்றால் குழுக்களின் பலம். உங்களது இருப்பைத் தக்கவைத்துக்கொள்ளத் தேவையான பலம். நீங்கள் உயிரோடு இருப்பதற்குத் தேவையான பலம். அதற்காக மற்ற சில உயிர்களை எடுப்பதற்குத் தேவையான பலம். அதைத் தொடர்ந்து செய்யமுடியாமல் போகிற போது ஆசுவாசப்படுத்திக்கொள்ள நமக்கு சில கருத்தியல் உபகரணங்கள் தேவைப்படுகின்றன. அப்போதுதான் நாம் பொதுவான கதைகளை பேசத் தொடங்குகிறோம். அவற்றில் ஒன்றுதான் நம்பிக்கைகளுக்கு இடையேயான சமாதானம்,

புரிந்துகொள்ளல், விட்டுக் கொடுத்தல் போன்ற சொல்லாடல்கள் எல்லாம்.

நாம் நம்பத் தொடங்கினால் நம்மால் விட்டுத்தர முடியாது என்பதுதான் இதில் உள்ள பிரச்சினை. தீவிரமாக நம்பத் தொடங்கினால் அது எல்லைகளை விஸ்தீரிக்கச் சொல்லி அரற்றிக்கொண்டே இருக்கிறது என்பது மற்றொரு பிரச்சினை. மிக முக்கியமாக நாம் ஓடுகிற இடம் ஒரு வட்டமாக இருக்கிறது. நாம் குறைவானவர்களாக இருக்கிறபோது நமது குழந்தைகளின் தலைகளை காப்பாற்றமுடிவதில்லை. அப்போது இருக்கும் ஒரே வாய்ப்பு, அதைவிடப் பெரிதாக ஒரு வன்முறையைச் செய்து அச்சத்தைக் கூட்டுவதுதான். அப்போதும் குழந்தைகளே இலக்கு. ஆக நாம் சபிக்கப்பட்டுக்கொண்டே இருக்கிறோம். ஆனால் நாம் ஆசீர்வதிக்கப்படுவதாகவே நம்புகிறோம். நீங்கள் இதைத் தலைகீழாகக்கூட நம்பலாம். அதன் வசீகரமும் துயரமும் அதுதான்!

– ஆகஸ்ட் 30, 2017

*

9

தமிழகத்தில் என்ன செய்கிறது பிஜேபி?

இந்த நீட் விவகாரத்தில் இந்நேரம் காங்கிரஸ் அரசாங்கம் ஆட்சியில் இருந்திருந்தால் என்ன நடந்திருக்கும்?

இப்போது என்ன நடக்கிறதோ அதேதான் நடந்திருக்கும். இந்த நீட் போன்ற தரப்படுத்துதல்கள் எல்லாம் நாம் அனுமதித்திருக்கிற புதிய பொருளாதாரக் கொள்கைகளின் ஓர் அங்கம். மன்மோகன் சிங்கைப் பற்றி நமக்குத் தெரியும். தனது எஜமானர்கள் காலால் இட்டதை தலையால் செய்யும் மாண்புடையவர் அவர். ஆனால், பிராந்தியக் கட்சிகளின் தயவுடன் ஆட்சியில் இருக்கிறபோது, இவ்வளவு மூர்க்கமாக இதைச் செயல்படுத்தியிருக்க முடியாது.

பல மக்கள் விரோத நடவடிக்கைகள் சென்ற காங்கிரஸ் அரசால் முன்னெடுக்க முடியாமல் போனதற்கு அரசியல் ரீதியாக அவர்கள் எண்ணிக்கை பலத்தில் குறைவாக இருந்தார்கள் என்பதே காரணம். இதன் பொருள் அவர்களுடன் கூட்டணியில் இருந்த பிராந்தியக் கட்சிகள் நேர்மையானவர்கள் என்பதல்ல. அவர்கள் உள்ளூர் மக்களின் எதிர்ப்புக்கு முகம் கொடுக்கவேண்டிய அழுத்தமே சில விஷயங்களை எதிர்க்கவேண்டிய கட்டாயத்தை அவர்களுக்கு ஏற்படுத்தியது.

ஆனால் இப்பொழுதோ மிருகபலத்துடன் ஒரு வலதுசாரி அரசாங்கம் ஆட்சியில் இருக்கிறது. மேலும், மன்மோகன் சிங்குகளின் காலம் முடிந்துவிட்டது என்று கருதியே மோடி ஆட்சிக்கு கொண்டுவரப்பட்டிருக்கிறார். இந்த மூன்றாண்டுகளில் உருப்படியாக எதுவும் செய்யவில்லை அவர். உணர்வுகளைத் தூண்டும் அரசியலை திசை திருப்பும் அரசியலாகப் பயன்படுத்தமுடியுமே தவிர நீண்ட காலத்துக்கு அதைப் பயன்படுத்தமுடியாது.

மேலும் மக்கள் மிகத் தீவிரமாக அதிருப்தியடைந்துகொண்டே வருகிறார்கள். செய்யமுடியாத விஷயங்களைச் சொல்லி ஆட்சிக்கு வரும் எல்லாரும் எதிர்கொள்ளும் அபத்தத்தை இப்போது மோடியும் எதிர்கொள்கிறார். வரும் காலம் இதைவிட ஆபத்தானதாகவே இருக்கும்.

பிஜேபியை எதிர்த்து காங்கிரஸ் ஏன் எந்தப் போராட்டங்களையும் முன்னெடுப்பதில்லை?

நீட், ஆதார், GST, ரேஷன் கடைகள் குறைப்பு என்று எந்த விஷயமாக இருந்தாலும் அவையனைத்தும் காங்கிரஸ் அரசாங்கம் கொண்டு வந்த திட்டங்களே. காங்கிரஸ் அரசின் கொள்கையைத்தான் பிஜேபி அரசாங்கம் தீவிரமாகக் கடைபிடிக்கிறது. பிராந்தியக் கட்சிகளின் ஆதரவுடன் ஆட்சியில் இருந்த காரணத்தால் மக்களிடம் பொய் சொல்லவேண்டிய, பசப்ப வேண்டிய அவசியம் காங்கிரசுக்கு இருந்தது.

பிஜேபியின் இரத்தத்தில் இருக்கிற வலதுசாரித் திமிர் அத்தகைய நெளிவு சுளிவுகளைக் கையாள அவர்களை அனுமதிக்க மறுக்கிறது. அதனால் மிகவும் திமிராகப் பேசுகிறார்கள். ஆக, காங்கிரஸ் பெருச்சாளிகள் மோடியின் பிம்பம் உடைவதற்காகக் காத்திருக்கிறார்கள்.

மேலும் இந்திய அதிகார வர்க்கம் காங்கிரசின் தோளோடு தோளாக வளர்ந்த ஊழல் அமைப்பு. மோடியைப் போன்ற சர்வாதிகாரிகள் இந்த அதிகார அமைப்பின் மூலமாகவே தோற்கடிக்கப்பட்டு வெளியேற்றப்படுவார்கள். மக்களிடம் தோன்றியிருக்கிற அதிருப்தியைக் களைவது அத்தனை எளிதல்ல என்று காங்கிரசுக்கும் தெரியும். மேலும் மேலும் மக்கள் பதட்டத்தை நோக்கி நகர்வது தங்களது அரசியல் வெற்றியை சாத்தியப்படுத்தும் என்று அவர்கள் காத்திருக்கிறார்கள். இது கிட்டத்தட்ட கொடநாட்டில் ஓய்வெடுத்துக்கொண்டிருந்துவிட்டு தேர்தல் நேரத்தில் வெளியே வந்து ஆட்சியைப் பிடித்த ஜெயலலிதாவின் அணுகுமுறை.

அதனால் போராடுவதில் அவர்கள் ஆர்வம் காட்டுவதில்லை. எங்காவது மத வன்முறை மரணங்கள் நடந்துவிட்டால், எழவு வீட்டில் போய் சம்மணமிட்டு போஸ் கொடுக்கிறார் ராகுல். பொருளாதாரக் கொள்கை மரணங்கள் என்று வருகிறபோது அவர் காக்கிற கள்ள மவுனமே கவனத்திற்கு உரியது. அந்த மவுனத்தில் மறைந்திருக்கிறது காங்கிரசின் அரசியல்.

அப்படியென்றால் காங்கிரசுக்கும் பிஜேபிக்கும் எந்த வேறுபாடும் இல்லை என்று சொல்கிறீர்களா?

இல்லை. நிறைய வேறுபாடு இருக்கிறது. காங்கிரசை ஒப்பிட சித்தாந்த ரீதியாகவே சாதி ரீதியான தரப்படுத்துதல்களில் நம்பிக்கை உடைய கட்சி பிஜேபி. என்னதான் முற்போக்கு முகமூடி போட்டாலும் வர்ண பேதத்தின் மீது நம்பிக்கை உடையவர்கள் அவர்கள். "சாதிக்கு ஏத்த புத்தி, தீனிக்கு ஏத்த லத்தி" என்பதுதான் அவர்களது சித்தாந்தம்.

பிஜேபியின் கருத்தியலை ஆதரிக்கிற இளம் தலைமுறையினர் கூட இந்த சாதி சார்ந்த திறன் குறித்து நம்புவதை நீங்கள் புரிந்துகொள்ளமுடியும். என்னதான் இருந்தாலும் "பார்ப்பானை விட ஒரு பறையன் திறனில் குறைந்தவனாகத் தானே இருக்கமுடியும்" என்று அவர்கள் உள்ளூர நம்புவதில் உறைந்திருக்கிறது வலதுசாரி அரசியல். இந்தப் பண்புகள் காங்கிரசில் கிடையாது. காங்கிரசில் இருக்கிற சாதி ரீதியான மேட்டிமைத்தனத்தைக்கூட அவர்கள் பணம் சம்பாதிக்கவே பயன்படுத்துவார்கள். ஆனால் வலதுசாரிகள் ஊழல் பணத்தைவிட இந்தத் தூய்மைவாதம் முக்கியம் என்று கருதுவார்கள்.

இந்த சாதித் தூய்மைவாதத்துக்கும் தரப்படுத்துதலுக்கும் (screening) நெருக்கமான தொடர்பு உண்டு. அது முதலாளித்துவத்துக்கு உதவக் கூடிய பண்பு. ஒன்றுக்கொன்று இரத்தத் தொடர்புடையவை. இயல்பான பங்காளிகள். நீட் போன்ற விவகாரங்களில் பிஜேபி காண்பிக்கும் பிடிவாதத்தை நீங்கள் அந்த அர்த்தத்திலேயே புரிந்துகொள்ளவேண்டும். அவர்கள் இவ்வளவு நாள் குமைந்துகொண்டிருந்தார்கள். இப்போது அவர்களுக்குக் கிடைத்திருப்பது பெருவாய்ப்பு. அனிதா போன்றவர்களின் உயிரற்ற உடல்களின் மீது நடந்துதான் அதை எட்ட முடியும் என்று அவர்களுக்குத் தெரியும். அந்த வழியில்தான் அவர்கள் நடப்பார்கள்.

பிஜேபிக்கு எதிராக தமிழகத்தில் ஏன் வலுவான ஒருங்கிணைப்பு நிகழவில்லை? திராவிடக் கட்சிகள் அல்லது அதிலிருந்து பிரிந்து வெளியேறிய கட்சிகள் எதுவுமே இதைப் போன்ற விவகாரங்களில் ஏன் ஒன்றாகவோ தனித்தனியாகவோ போராடவில்லை?

முதலில், போராட்டம் என்பதே மக்கள் விரோதம் என்பது போன்ற மனநிலையைக் கட்டியமைப்பதில் கடந்த இருபது ஆண்டுகளில் முதலாளித்துவம் அடைந்த வெற்றிக்கு இதில் பங்கிருக்கிறது. ஒரு சாலை மறியலில், நிறைமாத கர்ப்பிணி ஒருத்தி சிக்கிக்கொண்டு

உயிருக்குப் போராடுவதைப் போன்ற காட்சிகளை முன்வைத்து இத்தகைய சாலை மறியல் போராட்டங்கள் எவ்வளவு மக்கள் விரோதமானவை என்று திரைப்படங்கள் பேசத்தொடங்கியதும் அதை நாம் நம்பத்தொடங்கியதும் இதற்கு உதாரணம்.

இட ஒதுக்கீட்டுக்கு எதிராக, பண்பாட்டு ஒற்றுமைக்கு எதிராக இங்கு சினிமா உள்ளிட்ட நிறைய படைப்புகள் களமிறக்கப்பட்டன. சமூக நீதி பேசிய அரசியல்வாதிகளின் ஊழல்கள் பெரிதுபடுத்தப்பட்டு ஒன்று அவர்கள் சமூக விரோதிகள் போல சித்தரிக்கப்பட்டார்கள் அல்லது ஜோக்கர்களைப்போல திரிக்கப்பட்டார்கள். அதற்கு இணையாக, போராட்டங்களின் வழியாக ஆட்சிக்கு வந்த திமுக உள்ளிட்ட கட்சிகள் இயல்பாக அதிகார வர்க்க ஊழல் சுவைக்கு அடிமையாகி மக்கள் நல அரசியலில் இருந்து அப்புறப்படத் தொடங்கின. அங்கிருந்து சமரசங்கள் தொடங்கின. அதிருப்தியடைந்த மக்களைத் தமது போலி அன்புடன் வலதுசாரி அமைப்புகள் அரவணைப்பது நடந்தது. மேலும், சாதிகளுக்கு இடையே போட்டிகள் ஊக்குவிக்கப்பட்டன.

கல்வி, வேலைவாய்ப்பு போன்றவற்றில் வன்னியர்களது இடங்கள் தலித்துகளால் ஆக்கிரமிக்கப்படுகின்றன என்கிற வாதம் சமூகத்தின் கீழ்மட்டம் வரை பரவியிருக்கிறது. வன்னிய ஒருங்கிணைப்பை சாத்தியப்படுத்தி சமூகத் தளத்தில் பங்களிக்கத் தொடங்கிய பாமக வெகு வேகமாக ஊழல் மயப்பட்டது. இன்று அது முன்னெடுக்கும் தலித் விரோத அரசியல் அதை வெளிப்படையாக கண்டிக்கத் துப்பற்ற (சில நேரங்களில் அந்த மோதலை ஊக்குவிக்கிற...) திமுக, அதிமுகவின் அதிகார அரசியல் என இவர்கள் பொது விஷயத்திற்காக ஒருங்கிணையும் புள்ளிகள் குறைந்து போய்விட்டன.

திமுகவும் அதிமுகவும் தங்களுக்கு இணையான போட்டியாளர்கள் அரசியல் தளத்தில் வந்துவிடாமல் பார்த்துக்கொண்டார்கள். எப்போதைக்குத் தேவையோ அப்போது மட்டும் பயன்படுத்திக்கொள்ளும் ஆட்களாக தலித் இயக்கங்களை அவர்கள் கட்டுக்குள் வைத்தார்கள். சமூகத் தளத்தில் தலித்திய, வன்னிய பிரநிதித்துவத்தை தங்களது கள்ளக் கூட்டணி மூலம் திமுகவும் அதிமுகவும் மட்டுப்படுத்தின.

மறுபக்கம் அதிமுகவில் தமது ஆதிக்கத்தை நிலைக்கச் செய்ததன் வழியாக தேவர் சாதிகள் தமது இருப்பை ஆழமாகத்

தமிழக அரசியலில் உறுதிசெய்தன. ஜெயலலிதாவின் பார்ப்பனத் தலைமை இந்த ஆதிக்க சாதிகளின் ஒன்றிணைவை கட்சிக்குள் சாத்தியப்படுத்தியிருந்தது. இப்போது அங்கு நடக்கும் கவுண்ட, தேவ, நாய்ச்சண்டையின் அடிப்படை அங்கு ஒரு பார்ப்பனத் தலைமை இல்லை என்பதே. பிஜேபியின் குறி அத்தகைய ஒரு தலைமையை உருவாக்கி அங்கு நிலை நிறுத்துவதே. இப்படியாக ஒவ்வொரு கட்சியும் தமிழகத்தில் தனித்தனி கணக்குகளுடன் இயங்குவதால் பிஜேபிக்கு எதிரான திரட்சி சாத்தியமில்லாமல் போய்விடுகிறது.

அதிமுக என்றில்லை, வாய்ப்பிருந்தால் பிஜேபிக்கு கால் நக்கும் வேலையை - படும் எச்சிலில் கொஞ்சம் முன்னே பின்னே இருக்கலாம் - திமுக, பாமக, தேமுதிக உள்ளிட்ட எல்லா கட்சிகளும் செய்யும் என்பதே இன்றைய எதார்த்தம்!

— செப்டம்பர் 2, 2017

*

10

ஜெயலலிதா உடல்நிலை: பொய் சொன்னவர்கள் யார்?

“ஜெயலலிதா மருத்துவமனையில் இருந்தபோது அவரது உடல்நலம் குறித்து நாங்கள் பொய் சொன்னோம்” என்று அதிமுகவின் மந்திரிகளில் ஒருவரான திண்டுக்கல் சீனிவாசன் சமீபத்தில் ஒரு பொதுக்கூட்டத்தில் பேசியிருக்கிறார். அது இந்த விவகாரம் மீண்டும் சமூகப் பரப்பில் விவாதமாக விரிவடைய வழிவகுத்திருக்கிறது.

திண்டுக்கல் அப்போது பொய் சொன்னாரா என்று கேட்டால், இல்லையென்றே நான் சொல்வேன். இப்போது இவ்வாறு சொல்வதன் மூலம் சீனிவாசன், தனக்கு எதோ இந்த விவகாரத்தில் பொய் சொல்லக்கூடிய அதிகாரம் அப்போது இருந்தது போலவும், அதை அவர் பிரயோகித்துவிட்டது போலவும் திமிருடன் பேசியிருக்கிறார் என்பதே என் அபிப்பராயம்.

உண்மை என்னவாக இருந்திருக்கும் என்றால், நம்மைப் போலவே இந்த அடிமையும், “அம்மா இட்லி சாப்பிட்டார்” என்று அவர்கள் சொன்னதை நம்பியிருக்கும், அதை அப்படியே வெளியே வந்து சொல்லியிருக்கும் என்பதுதான். அரசி இறந்ததும் பிள்ளைப் பூச்சிக்கெல்லாம் கொடுக்கு முளைக்கும்போது இந்த கிளுகிளுப்பைக்கூட அனுபவிக்காமல் அப்புறம் என்ன கட்சிக்காரர் அவர். போகட்டும்.

ஜெயலிதாவின் இறப்பு குறித்து மத்திய அரசு சிபிஐ விசாரணைக்கு உத்தரவிடவேண்டும் என்று ஸ்டாலின் இன்று கோரிக்கை விடுத்திருக்கிறார். இது மத்திய அரசின் கடமை என்றும் சொல்லியிருக்கிறார். ஏற்கனவே இது குறித்து விசாரணை ஆணையம் அமைக்கவேண்டும் என்று போராடியவர் தர்மயுத்த வீரர் பன்னீர் செல்வம். விசாரணைக் கமிஷன் அமைத்திருப்பவர் எடப்பாடி பழனிச்சாமி. இன்னும் அந்தக் கமிஷன் செயல்படுவதற்கான மற்ற

ஆணைகள் இடப்படாமல் அந்த அறிவிப்பு தூங்குகிறது. அது எழாது என்பது அரசியல் எதார்த்தம்.

மேலும், ஸ்டாலினின் கோரிக்கையை ஏற்று எந்த ஒரு விசாரணைக்கும் மத்திய அரசு உத்தரவிடாது. இது நம்மைவிட ஸ்டாலினுக்கு நன்றாகத் தெரியும். இதெல்லாம் சும்மா ஜாலிக்காக அவர் சொல்கிறார் என்பதே என் அனுமானம்.

ஜெயலலிதா விவகாரத்தில், அவர் மருத்துவமனையில் அனுமதிக்கப்பட்டதிலிருந்து, அடக்கம் செய்யப்பட்டதுவரை நடந்தவற்றைக் கொஞ்சமாக அசைபோட்டுப் பார்ப்போம். அதன் மூலம், கிட்டத்தட்ட ஓராண்டு கடந்திருக்கும் நிலையில், இதில் யாரெல்லாம் நியாயவான்கள், யாரெல்லாம் பொய் சொன்னவர்கள் என்று பார்க்கலாம்.

மிக முக்கியமாக, இந்த விவகாரத்தில் எதுவுமே சொல்லாமல் இருந்து யாரெல்லாம் பொய்களுக்கு உதவியவர்கள் என்பதையும் அப்போதுதான் புரிந்துகொள்ளமுடியும்.

ஜெயலலிதா செப்டம்பர் 22 ஆம் தேதி உடல்நலக்குறைவு என்று மருத்துவமனையில் அனுமதிக்கப்படுகிறார். அக்டோபர் 2 ஆம் தேதி, அவர் நுரையீரல் தொற்றால் பாதிக்கப்பட்டிருப்பதாகவும், சிகிச்சைக்கு அவரது உடல் ஒத்துழைப்பதாகவும், அவர் தேறி வருவதாகவும் அப்பல்லோ சொன்னது. இது உண்மையா பொய்யா, என்பது இப்போது வரைக்கும் தெரியாது. ஒரு முதலமைச்சர் உடல்நலக்குறைவால் மருத்துவமனையில் அனுமதிக்கப்பட்டிருக்கிறார், அவரது ரத்த சொந்தங்கள் இல்லாது, அவருடைய நம்பிக்கைக்குப் பாத்திரமான தோழியான சசிகலாவின் மேற்பார்வையில் சிகிச்சை நடக்கிறது.

அவர் மீது அபிமானம் வைத்திருக்கிற லட்சக்கணக்கான தொண்டர்கள் தங்களது தலைவியின் உடல் நலம் குறித்துத் தெரிந்துகொள்வதில் இருந்து தடுத்து வைக்கப்பட்டிருக்கிறார்கள். பத்திரிக்கைகள் யூகங்களாக பயந்து பயந்து செய்திகளை வெளியிடுகின்றன. இப்படியான சூழலில் வழக்கமாக என்ன நடந்திருக்கவேண்டும். ஒன்று, மத்திய அரசு இதில் தலையிட்டு உண்மை வெளிவர உதவியிருக்கவேண்டும். அல்லது, பிரதான எதிர்க்கட்சியான திமுக உள்ளிட்ட மற்றைய கட்சிகள் கடும் அழுத்தத்தைப் பிரயோகித்து உண்மை வெளிவர

முயன்றிருக்கவேண்டும். அல்லது, அவரது உடல்நலம் குறித்த தகவல்களை கசியச் செய்திருக்கவேண்டும்.

இது எதுவுமே நடக்கவில்லையே ஏன்?

இத்தனைக்கும் அக்டோபர் 6 ஆம் தேதி டெல்லி எய்ம்ஸ் மருத்துவமனைக் குழு நேரில் வந்து ஜெயலலிதாவின் உடல் நிலையை ஆய்வு செய்கிறது. அவர் நீண்ட நாள் மருத்துவமனையில் இருக்க நேரிடும் என்று சொல்கிறது. அக்டோபர் 10 ஆம் தேதி ஸ்டாலின் சென்று பார்க்கிறார். அக்டோபர் 12 ஆம் தேதி அருண் ஜெட்லி வந்து பார்க்கிறார். அவருக்கு முன்பாகவே ராகுல் வந்து பார்த்துவிட்டுப் போய்விட்டார். அக்டோபர் 13 ஆம் தேதி எய்ம்ஸ் மருத்துவக் குழு மீண்டும் வந்து பார்வையிடுகிறது. ராசாத்தி அம்மாள் போய்ப் பார்க்கிறார்.

அதன் பிறகு வைகோ, தா.பாண்டியன், திருமாவளவன் உள்ளிட்ட நிறைய அரசியல் தலைவர்கள் சென்று காரிடாரைப் பார்த்துவிட்டு வருகிறார்கள். அம்மாவைப் பார்த்தீர்களா என்றால், "அவர்களைப் பார்த்தவர்களைப் பார்த்தோம்" என்று அவ்வளவு வார்த்தை நயத்துடன் சொன்னார் தா.பா. அந்தத் துயரத்திலும் அவரது மொழியழகு வசீகரமாக இருந்தது.

டிசம்பர் 4 ஆம் தேதி கூட அவர் முழுவதும் தேறிவிட்டதாகவே எய்ம்ஸ் மருத்துவக்குழு சொன்னது. கவனத்தில் வையுங்கள், அப்படிச் சொன்னது அப்பல்லோ அல்ல மத்திய அரசுடன் தொடர்புடைய எய்ம்ஸ் மருத்துவக்குழு. அதற்கு சில மணி நேரங்களுக்குப் பிறகுதான் அவருக்கு மாரடைப்பு வந்ததாக அறிவித்தார்கள்.

இதற்கு இடைப்பட்ட காலகட்டத்தில் ஜெயலலிதாவின் உடல்நலம் குறித்த சந்தேகங்கள் தீவிரமடைந்தன. அதை எதிர்கொள்ள பொய்கள் மேல் பொய்களாக வெளியிடப்பட்டன. அப்பல்லோ தொடங்கி, மந்திரிகள், அரசு அதிகாரிகள், போலீஸ் என எல்லாரும் பொய் சொன்னார்கள். மேலும் இது குறித்து வதந்தி பரப்புவர்களைக் கைதுசெய்வோம் என்று காவல்துறை அறிவித்தது. சிலரைக் கைதும் செய்தது.

கிட்டத்தட்ட சிவில் சமூகம் அறிவிக்கப்படாத முற்றுகைக்குள் இருந்தது. கனத்த மவுனம் நிலவியது. எங்கும் அடர்த்தியான இருட்டு. இன்று ஜெயலலிதாவுக்காக நீலிக்கண்ணீர் வடிக்கும் எல்லாருமே,

அன்று சசிகலாவுக்கு முழு ஒத்துழைப்பை நல்கினார்கள். சிலர் பொய் சொன்னார்கள். பலர் மவுனமாக இருந்து அந்தப் பொய்யை உண்மை என்று அவர்கள் நம்பவைக்க உதவினார்கள்.

அதில் முதலாவது மோடியின் மத்திய அரசு. தனது பிரதிநிதிகளான அமித்ஷா, அருண் ஜெட்லி, வெங்கையா மற்றும் கவர்னர் வித்யாசாகர் ராவ் ஆகியோரது வழியாகவும், எய்ம்ஸ் மருத்துவக்குழுவின் வழியாகவும் ஜெயலலிதாவின் உடல்நிலை குறித்து முழு தகவல் தெரிந்திருந்தும், அதை மக்களுக்குத் தெரியப்படுத்தவேண்டும் என்கிற எந்தக் கடப்பாடும் இல்லாமல் அமைதி காத்தது. அதற்கு ஒரே காரணம்தான் இருக்கமுடியும்.

ஜெயலிதாவின் மரணத்துக்குப் பிறகான அரசியல் சூழலில் ஆதாயம் அடைவதில், இந்த வெளிப்படைத்தன்மை எதுவும் சேதாரத்தை உண்டு பண்ணிவிடக்கூடாது என்கிற அரசியல் கணக்குதான். மேலும், மிகவும் மூர்க்கமாக அது இந்த விஷயத்தில் நடந்துகொள்ள முயன்றது. பிஜேபியின் அந்த அழுத்தத்தை எதிர்கொள்வதன் பொருட்டே நடராஜனின் வழியாக மிக அவசரமாக ராகுல் தொடர்புகொள்ளப்பட்டார் என்றும், அவர் வந்து உடனே ஜெயலலிதாவைப் பார்த்தார் என்றும் கிசுகிசுக்கப்பட்டது.

இதில் வெளிப்படையாக நடந்துகொள்வதில் இருந்து சசிகலாவை ஒரு விஷயம் தடுத்துவைத்திருக்கும் என்றால் அது எல்லாத் தளங்களிலும் முதலீடு செய்யப்பட்டிருக்கும் ஊழல் பணமாகத்தான் இருக்கமுடியும். மேலும் ஜெயலலிதாவின் உடல்நலம் குறித்த வெளிப்படையான அறிவிப்பு அப்போதே வந்திருக்குமெனில், இப்போது காக்கைகளைப் போல பறக்கும் அந்தக் கட்சியின் பிரதிநிதிகளை சசிகலாவால் கட்டுக்குள் வைத்திருக்கவே முடியாது. கொஞ்சமும் நியாய உணர்வற்ற, சுயமரியாதை இல்லாத, அடிமைத்தனமும் சுயநலமும் நிரம்பிய கும்பல் அது.

ஜெயலலிதாவை மருத்துவமனையில் சேர்த்தது முதல், அவரது உடலின் அருகிலேயே இருந்து அடக்கம் செய்தது வரை ஒரு இராணுவத் தலைமையின் ஒழுங்குடன் அதை செய்துமுடித்தார் சசிகலா. அந்த ஒழுங்குக்கு அதுவரை அவர் கட்டிக்காத்த பொய்யே பயன்பட்டது. இன்று எல்லா பொறுப்பையும் சசிகலாவின் தலையில் கட்டிவிட்டு ஓட நினைக்கும் எல்லாரும் இதில் பங்காளிகளே.

ஜெயலலிதாவின் இந்த விவகாரத்தை ஸ்டாலின் ஏன் இவ்வளவு கண்ணியமாக எதிர்கொண்டார் என்பது ஆச்சர்யமான

ஒன்று. இத்தனைக்கும் ஜெயலிதாவின் உடல்நிலை மோசமாக இருக்கும்போதுதான், பன்னீருக்கு பொறுப்பு அளிக்கப்படுகிறது. அவரது ரேகையுடன் முன்மொழியப்பட்டு இடைத்தேர்தல் வேட்பாளர்கள் அறிவிப்பு வெளியிடப்படுகிறது. இதையெல்லாம் செய்துகொண்டிருப்பவர் சசிகலா என்று ஸ்டாலினுக்குத் தெரியாதா என்ன? துணை முதல்வராக இருந்து ஐந்தாண்டு காலம் மாநிலத்தை ஆண்டவருக்கு உளவுத்துறை என்றால் என்ன, அதன் வீச்சு என்ன என்றெல்லாம் ஒட்டுப் போடுபவர்களா வகுப்பெடுக்கவேண்டும்? குறைந்தபட்சம் நீதிமன்றத்தை அணுகுவதிலிருந்துகூட அவரைத் தடுத்தது எது? அவர்களும் இது ஜெயலலிதாவின் அந்தரங்க உரிமையுடன் தொடர்புடையது என்றுதான் சொல்லியிருப்பார்கள். ஆனாலும் அதை ஒரு வழிமுறையாகக்கூட அவர் முயன்று பார்க்கவில்லை என்பதே முக்கியம்.

இறுதியாக, ஜெயலலிதா எப்படி இறந்தார் என்கிற ரகசியத்தை நாம் அறிந்துகொள்வதில் இனி எந்தப் பயனும் இல்லை. அந்த ரகசியம் ஏன் காக்கப்பட்டது, எதிரெதிர் துருவத்தில் இருக்கும் எல்லாரும் இதில் எப்படி இணைந்து செயல்பட்டார்கள், அந்தக் கூட்டணியில் மக்கள் மட்டும் ஏன் விலக்கி வைக்கப்பட்டார்கள் என்பதைப் புரிந்துகொள்வதே முக்கியம். அதைப் புரிந்துகொள்வதும் அரசியலைப் புரிந்துகொள்வதும் வேறு வேறல்ல!

– செப்டம்பர் 24, 2017

*

11

"பெரியார் இன்றும் என்றும்"

"பெரியார் இன்றும் என்றும்" எனும் தேர்ந்தெடுத்த கட்டுரைகளைக் கொண்ட நூலை சமீபத்தில் படித்தேன். பகுத்தறிவு, மூடநம்பிக்கை போன்ற வழக்கமான தலைப்புகளை விட என்னை எப்போதும் வசீகரிப்பவை பெண்கள் குறித்த அவரது பார்வைகளே. அந்த வகையில், புத்தகத்தைத் திறந்தவுடன் 'பெண்' எனும் தலைப்பிடப்பட்ட பகுதிக்கு சென்றேன். அதற்கு முதல் பக்கத்தில் திருமணம் குறித்து பெரியார் சொல்லியிருக்கும் பத்தி கண்ணில் பட்டது. இது 1973 ஆம் வருடம் எழும்பூரில் அவர் ஆற்றிய சொற்பொழிவின் ஒரு பகுதி இப்படித் தொடங்குகிறது.

"தோழர்களே,

இந்தத் திருமண முறையானது காட்டுமிராண்டி காலத்தில், அதாவது இரண்டாயிரம் ஆண்டுகளுக்கு முன்பு ஏற்பட்டதாகும். அதை இன்றைக்கும் மனிதன் எதற்காகக் கடைபிடிக்கவேண்டும். ஒரு ஆணுக்கு பெண்ணை அடிமைப் படுத்தவே திருமணம் நடை பெறுகிறது. கோவிலுக்கு எப்படி மிருகங்களைப் பலி கொடுக்கிறார்களோ அது போலவே ஆணுக்குப் பெண்ணைப் பலிகொடுக்கிற விழாத்தானே திருமணம்!

இந்த திருமண முறையில், புருஷனுடைய வேலை பொண்டாட்டியைப் பாதுகாப்பதும், பொண்டாட்டியின் வேலை புருஷனைப் பாதுகாப்பதும், இருவருக்கும் குட்டிகள் ஏற்பட்டால் அதனை இரண்டு பேரும் சேர்ந்து காப்பாற்றவும் தான் பயன்படுகிறதே ஒழிய சமுதாயத்துக்குப் பயன்படுவதே இல்லையே!

உலகம் வளர்ச்சியடைய வேண்டுமானால், தொல்லை இல்லாமல் சுபிட்சம் அடைய வேண்டுமானால், திருமணம் என்பதைக் கிரிமினல் குற்றமாக்கிவிட வேண்டும். இன்று இல்லாவிட்டாலும் பிறகு இது வந்தே தீரும். நான் சொன்னது நடக்காமல் இருக்கவில்லையே. எனவே, திருமணத் துறையில் மாற்றம் ஏற்பட்டாக வேண்டும். சம எண்ணிக்கை உடையதும், சம உரிமைகளைப் பெறவேண்டியதுமான ஜீவன்களை இப்படிக் கொடுமைப்படுத்துவது மிகவும் அக்கிரமமாகும்!

பெற்றோர்கள் தங்கள் பெண்களை இருபத்திரெண்டு வயது வரைக்கும் நன்றாகப் படிக்கவைக்கவேண்டும். பிறகு ஒரு தொழிலும் கிடைக்கச் செய்த பிறகே திருமணத்தை பற்றிப் பேசவேண்டும். அதுவும் அந்த பெண்ணாகப் பார்த்து ஓர் ஆணைத் தேர்ந்தெடுத்துக்கொள்ள வேண்டுமே ஒழிய பெற்றோர்கள் குறுக்கே நிற்கக்கூடாது!"

இதைப் படித்தவுடன், கிழவன் பட்டாஸா இருந்திருக்கானேய்யா என்று நினைத்துக்கொண்டே, வாய்ஸ் நோட்டாக வாட்ஸப்பில் சில நண்பர்களுக்கு இதை அனுப்பி வைத்தேன். செம்ம இன்ட்ரஸ்டிங்கான feedback வந்தது. அவற்றைத் தொகுத்து கீழே தருகிறேன்.

ஸ்நேகிதி 1:

Wowwww... பெரியார் செம்மல்ல...

ஸ்நேகிதி 2:

அப்புறம் செக்ஸுக்கு என்ன பண்ணுறதாம்...?

ஸ்நேகிதி 3:

சரிதான். ஆனா, வேலைக்கு போகமுடியாத அல்லது வாய்ப்பில்லாத பெண்களுக்கு இந்த குடும்ப அமைப்புதான் அது எவ்வளவு கஷ்டமானதா இருந்தாலும்கூட ஒரு shelter கொடுக்குது. ஆனாலும் பெரியார் சொன்னது கொஞ்சம் கொஞ்சமா நிஜத்துல நடந்துகிட்டு வருதுதான். இல்லன்னு சொல்லமுடியாது.

ஸ்நேகிதி 4:

பெரியார்கிட்ட இருந்த இந்த clarity நவீன தமிழ் எழுத்தாளனுங்ககிட்டகூட கிடையாது. பெண்கள்னு வரும்போது பெரியார் மிக முக்கியமான ஆளுமை. ஆனா, ஒரு பகுதி மக்கள் இதைத்தாண்டி அடுத்த கட்டத்துக்கு போயிருக்கோம். அது என்னன்னா, இந்த குடும்ப அமைப்பு ரொம்ப வன்முறையானதுன்னு சொல்றதுல மாற்றுக் கருத்தே கிடையாது. ஆனா அதைவிட்டு வெளியில வந்து என்ன பண்ணிருக்கோம்னு பார்த்தா, தனித்தனி individual ஆக நிறைய isolate ஆகிருக்கோம்னு தோணுது. குறிப்பா பெண்கள். உனக்கொன்னு தெரியுமா, இந்த குடும்பம் அப்டிங்கற சிஸ்டத்த விட்டு வெளில வந்து தனியா இருக்கிற ஒருத்திக்கு, லவ்வ விடு, ஒரு நல்ல sex partner கிடைக்குறதுகூட கஷ்டம். பாக்க லட்சணமா இருக்கிற மேல்தட்டை சேர்ந்த ஒருத்தி தப்பிச்சிக்க முடியும். அவளுக்கு offer பண்ணிட்டு லைன்லகூட நிப்பானுங்க. அதே சமயம் கொஞ்சம் பல்கியா, இல்லாட்டி கொஞ்சம் கருப்பா, சுமாரா இருக்க ஒருத்திக்கு இங்க ஆப்ஷனே கிடையாது.

இறுதியாக,

பெரியாரை அடிப்படையாகக் கொண்டுதான் இங்கு எவ்வளவு விஷயங்களை விவாதிக்க வாய்ப்பிருக்கிறது. குறிப்பாக "திருமணம் என்பதைக் கிரிமினல் குற்றமாக்கிவிட வேண்டும்" என்று அவர் சொல்லும் தோரணை. அதை இன்றைய பெண்கள் மத்தியில் வைத்து விவாதித்தால் கிடைக்கும் மறுவரையறைகள்... அட்டகாசம்!

– அக்டோபர் 17, 2017

*

12

ஜெயலலிதா: எளிய மகாராணி!

ஜெயலலிதா மறைந்து இன்றோடு ஓராண்டாகிறது. அவரைப்பற்றிய மதிப்பீடுகள் இங்கொன்றும் அங்கொன்றுமாக பொதுவெளியில் துண்டு துண்டாக முன்வைக்கப்படுகின்றன. மிக முக்கியமாக சமூக ஊடகங்களில் வெகுமக்களால் முன்வைக்கப்படுகிற கருத்தில் பத்து சதவீதத்தைக் கூட அச்சு மற்றும் காட்சி ஊடகங்களால் முன்வைக்க முடியவில்லை என்பதுதான் உண்மை. அவரது சொந்த வாழ்க்கை, அவரது கட்சி அரசியல், அவரால் நடத்தப்பட்ட அரசாங்கம் என்கிற மூன்று முக்கியமான அடிப்படைகளில் அவரது பண்புகளை குறிப்பிட்ட அளவில் ஆராய்வதன் வழியாக அவரைப் பற்றிய சித்திரமொன்றை அடைந்துவிட முடியுமா என்று பார்க்கலாம்.

இங்கு அவர் குறித்து எழுதப்படுபவை எல்லாமே ஒன்று "தொழுகை மனப்பான்மை" அல்லது "அவர் என்ன இருந்தாலும் நமது ஆள்" எனும் கிளுகிளுப்பான அங்கீகாரத் தொனி, மூன்று "அவரை முழுக்கவும் நிராகரிக்கும் அதீத வெறுப்பு" என்பதாகவே இருக்கிறது. எந்த ஓர் ஆளுமையையும் இப்படித் தட்டையாக வரையறுத்துவிட முடியாது; இவற்றின் கலவையாகவே அவர்கள் இருக்கமுடியும் என்கிற அடிப்படை ஜெயலலிதாவுக்கும் பொருந்தும் என்கிற எளிய புரிதலுடன் இதை அணுகுவோம்.

ஜெயலலிதாவின் குழந்தைப் பருவம், அவர் திரைத்துறைக்கு வந்தது, பிறகு எம்ஜியாருடன் வாழ்ந்தது என்பவையெல்லாம் அத்தகையதொரு வாழ்க்கை முறையைத் தேர்ந்தெடுக்கும் எல்லாருக்கும் நடப்பதுதான். அந்த விஷயத்தில் அவர் எம்ஜியாரிடம் சென்றடைந்ததையும் அவரது அன்பிற்குப் பாத்திரமாக இருந்ததையும் கவனிக்கையில், ஒரு வகையில் ஜெயலலிதா அதிர்ஷ்டசாலி; மற்றொரு வகையில் அத்தகைய அன்பையும் அங்கீகாரத்தையும் பெறுவதற்குத் தகுதியான தனி மனுஷி. இதற்குப் பின்னே உள்ள

ஜி. கார்ல் மார்க்ஸ்

யூகங்கள், சந்தேகங்கள், கிசுகிசுக்கள் எல்லாமே எந்த காலத்திலும் இருக்கும். அதில் ஆச்சர்யப்பட ஒன்றுமில்லை.

இன்னும்கூட இங்கு, நேரு மவுண்ட்பேட்டனின் மனைவிக்கு சிகரெட் பற்ற வைக்க உதவியது sensational ஆன செய்தி. பொக்கை வாயுடன் காந்தி ஒரு வெள்ளைப் பெண்மணியுடன் நடமாட முயலும் போலியான புகைப்படம் அவரை அவமதிக்க உதவும் கருவி. ஆக, இத்தகைய ஆளுமைகளுடன் நேரடியாக பொருத்திப் பார்த்துவிட முடியாத ஜெயலலிதாவின் வாழ்வும் இருப்பும் எப்போதும் அவர் மீதான அவதூறுகளைப் பிறப்பிக்கும் இடமாகவே இருந்துகொண்டிருக்கும். மேலும் இந்திய வாழ்வு முறை என்பது சுயமைதுனத்தை தேசியகீதமாக வரித்துக்கொண்டிருக்கும் புனித அடிப்படையைக் கொண்டது. இந்தச் சூழலில், சோபன் பாபுவுடன் live in இல் இருந்தது குறித்த ஒரு கேள்வியில், "அவருக்கு அப்போது திருமணம் ஆகியிருந்தது இல்லையா...?" என்றதற்கு, "ஆமாம்... அதற்கு நான் என்ன செய்யமுடியும்...? எங்கள் இருவருக்கும் இடையில் பரஸ்பர அன்பும் புரிதலும் இருந்தது..." என்று பதில் சொன்ன ஜெயலலிதாவைப் பாராட்டியே ஆகவேண்டும்.

ஆனாலும்கூட, அதிர்ஷ்டவசமாக இந்திராவுக்கு நிகழ்ந்தது போன்ற அபத்தம் ஜெயலலிதாவுக்கு நிகழவில்லை. எந்தக் கட்டுப்பாடுகளும் அற்ற முரட்டுப் பெண், அடக்க முடியாத காமமே அவரது பிடிவாதமாக பின்னாளில் மாறியது போன்ற இந்திரா மீதான அவதூறுகள் ஜெயலலிதா மீது பாயாமல் அவர் தப்பித்துக்கொண்டதற்கு "சிறு வயது ஜெயலலிதா ஓர் அபலை; சினிமா என்பதே அவர் மீது திணிக்கப்பட்ட ஒன்று" என்னும் சித்திரம் பயன்பட்டது. தனக்கு உவப்பில்லை என்கிற போதும் இந்த சித்திரம் சிதைந்துவிடாமல் ஜெயலலிதாவும் தனக்கு சாதகமான வகையில் அதைக் கையாண்டார். "என்னிடம் தவறாக நடந்துகொண்டார்" என்று சென்னா ரெட்டியை நிலைகுலைய வைத்ததற்குப் பின்னால் இந்த அபலைச் சித்திரத்தின் பெறுமதி இருக்கிறது. இப்படி ஒரு குற்றச்சாட்டை எந்தக் காலத்திலும் இந்திராவால் சொல்லியிருக்கமுடியாது என்பதில் இருக்கிறது ஜெயலலிதா பெண்களால் தமிழகத்தில் கொண்டாடப்படுவதன் அடிப்படை. ஜெயலலிதா ஒரே நேரத்தில் அபலையாகவும் அசைக்கமுடியாத இரும்புப் பெண்மணியாகவும் இருந்தார்.

இதைப்பற்றி நாம் கூடுதலாக இங்கு பேசுவதன் அடிப்படை ஜெயலலிதாவின் இந்த குணத்திற்கும், அவரது அரசியல்

வெற்றிக்கும் நெருக்கமான தொடர்பு இருக்கிறது என்கிற காரணம் மட்டுமே. மற்றபடி எந்த ஒழுக்க விழுமியங்களின் அடிப்படையிலும் ஜெயலலிதாவின் சொந்த வாழ்க்கை குறைபட்டதோ கறைபட்டதோ அல்ல. அரசியல் ரீதியாக அவரைப் பழிப்பதற்கு பயன்படுத்தப்படும் அந்த அடிப்படையிலான விமர்சனங்கள் எல்லாமே இடது கையால் புறம் தள்ளப்பட வேண்டியவையே. நவீன சமூகத்தில் அவற்றிற்கு எந்த பொருளும் இல்லை.

அவரது “கட்சி அரசியல்” என்று வருகிறபோது, எம்ஜியாரின் மறைவுக்குப் பிறகு கிட்டத்தட்ட அவர் தமிழகப் பரப்பிலிருந்து ஆவியாகிப் போயிருக்க வேண்டிய ஒரு ஆளுமை. ஆனால் அவர் மீது ஜானகி மற்றும் கருணாநிதி தரப்பிலிருந்து கடுமையான அழுத்தம் பிரயோகிக்கப்பட்டது. இதில் குறை சொல்வதற்கு ஒன்றும் இல்லை. அரசியலில் அது அப்படித்தான் இருக்கவும் முடியும்.

ஜானகியுடன் ஒட்டிக்கொண்ட கூட்டம் ஜெயலலிதாவை அப்புறப்படுத்த முயன்றது, முழுக்கவும் சந்தர்ப்பவாதம் என்றால் கருணாநிதி, ஜெயலலிதா மீது செலுத்திய மூர்க்கம் எம்ஜியாரிடம் அவர் இழந்துபோனதை மீட்டெடுக்கும் தீவிரத்தை அடிப்படையாகக் கொண்டது. அந்த மூர்க்கம் இல்லை என்றால், சசிகலா எனும் சொல் இந்த அளவுக்குத் தமிழக அரசியலில் வேரூன்றியிருக்குமா என்றுத் தெரியவில்லை. ஜெயலலிதா தனது ஆளுமையை இந்த அளவுக்கு உறுதிப்படுத்திக் கொண்டிருப்பாரா என்றும் தெரியவில்லை.

ஜெயலலிதாவின் ஆளுமை உருவாக்கத்தில் எம்ஜியாருக்கு நிகரான பங்களிப்பு கருணாநிதியுடையதும். தனது உறுதி குறித்த சந்தேகங்களை ஜெயலலிதா நிவர்த்தி செய்துகொள்வதற்கும், இக்கட்டான நேரங்களில் தன்னுடன் யாரெல்லாம் கைகோர்ப்பார்கள் என்று அவர் தெரிந்துகொள்வதற்கும் கருணாநிதி தொடர்ந்து வாய்ப்புகளை அவருக்கு வழங்கினார்.

அதிமுக இரண்டாகப் பிரிந்தது, திமுக வென்று ஆட்சியமைத்தது, பிறகு நியாயத்துக்குப் புறம்பான வகையில் அந்த ஆட்சி கலைக்கப்பட்டது, அடுத்த தேர்தலில் ராஜீவின் மரணத்தை முதலீடாகக் கொண்டு ஜெயலலலிதா மிருக பலத்துடன் ஆட்சிக்கு வந்தது என்பதெல்லாம் வரலாறு. ஆனால், இது அவரிடம் ஒரு முக்கியமான பண்பை வளர்த்தெடுத்தது. அது என்னவென்றால் கட்சி நிர்வாகிகள் என்றாலே “எப்போது வேண்டுமானாலும் உதிரத் தயாராக இருக்கும் ரோமங்கள்” எனும் அவரது அழுத்தமான

நம்பிக்கை. வாத்தியாரிடம் அடிமைப் பாடம் பயின்ற அதிமுக நிர்வாகிகள், தலைவியின் இந்த எண்ணம் நூறு சதவிகிதம் சரி என்று நிரூபித்தார்கள். இப்போதும்கூட எடப்பாடி முதல் ஓபிஎஸ் வரை நிரூபித்துக்கொண்டிருப்பது அதைத்தான்.

ஜனநாயகத்தின் மகத்துவத்தை ருசிப்பதற்கு இந்த மக்களுக்குத் தகுதி இன்னும் வரவில்லை என்றும் அவர் நினைத்தார். இது எல்லா சர்வாதிகாரிகளும் நினைப்பது தான். இப்போது மோடி நினைப்பது போல. இது அவரது கட்சி சார்ந்த ஒவ்வொரு செயலிலும் வெளிப்பட்டது. காலில் விழுவதையும், மறுநாள் கட்சியின் செய்தித்தாளை பார்த்துதான் தாம் கட்சியில் இருக்கிறோம் என்பதை உறுதிப்படுத்திக் கொள்வதையும் ஒவ்வொரு கட்சி நிர்வாகியின் அன்றாடக் கடமையாக ஆக்கிய வகையில் இந்திய அரசியலில் ஜெயலலிதா செய்தது மிகப்பெரிய முன்மாதிரி. அதன் மூலம் அவர் பல சுமைகளை உதறி எறிந்தார். மிக முக்கியமாக "அரசியல் சொரணை" என்பதை முழுக்கவே இல்லாமலாக்கி, அவரது கட்சி உறுப்பினர்களுக்கு சுதந்திரம் வழங்கிய வகையில் அவர் செய்துகாட்டியது சாதனை.

அது இங்கு செயல்பட்டுக்கொண்டிருந்த மற்ற கட்சிகளுக்கு மிகப்பெரிய நெருக்கடியை ஏற்படுத்தியது. அவர்களது செயல்திட்டத்தில் மாற்றத்தைக் கொண்டுவந்தது. இப்போது செயல்தலைவரின் தலைமையில் செயல்படும் திமுக அமல்படுத்த முயல்வது கிட்டத்தட்ட ஜெயாவின் இந்த வழிமுறையைத்தான். அந்த அளவுக்கு கட்சி அரசியலில் ஜெயலலிதாவின் ஆதிக்கம் அசைக்க முடியாதது.

அதே நேரம் தங்களது அடிமைத்தனத்தைப் பிரகடனப்படுத்தும் கட்சியினருக்கு வாய்ப்புகளை வழங்குவதில் அவர் கடவுளேதான். இப்போதும் அவர் வணங்கப்படுவதன் அடிப்படை அதுவே. அவரது முகமும் சொல்லுமே வாக்கைப் பெற்றுத்தரும் முதலீடு. தனிப்பட்ட கட்சியினரது ஆளுமைகள் பணத்தை எண்ணுவதற்கும் பங்கைத் தருவதற்கு மட்டுமே என்றாகிப் போனது. ஒரு பக்கம் திமுகவின் குறுநில மன்னர்களின் மீது அதிருப்தியடைந்த மக்கள் இந்த அடிமைத்தனத்தை ரசித்தார்கள். குறிப்பாகப் பெண்கள்.

சாதாரண பெண்களோ எல்லா ஆண்களையும் காலில் விழவைக்கும் ஜெயலலிதா குறித்த பிம்பத்தின் மீது மிதமிஞ்சிய வசீகரம் கொண்டார்கள் என்றால், போராளிப் பெண்கள் அடைந்தது

அப்பட்டமான ஆர்கஸம். இப்போதும்கூட அந்த முனகலின் மிச்சத்தை நீங்கள் சமூக ஊடகங்களில் கேட்கமுடியும்.

இந்த எதிர்மறை மட்டும்தான் ஜெயலலிதாவின் “கட்சி அரசியல்” வெற்றியா என்றால் இல்லை. தனது அதிகாரக் குவிப்பின் மூலம், நேரடியான ஆதிக்க அமைப்பு முறை ஒன்றை அவர் கட்டி எழுப்பியிருந்தார். தனக்குக் கீழே இருந்தவர்களின் அதிகாரத்தை எப்போதும் கேள்விக் குறியாக்கி வைத்திருந்ததன் மூலம் கட்சியின் அடி மட்டத்தில் கட்சியினருக்கு இடையே ஒருவித விசித்திரமான ஜனநாயகத்தையும், இணக்கத்தையும் அவர் சாத்தியப்படுத்தியிருந்தார்.

உதாரணத்துக்கு ஒரு பாட்டிலுக்கு அதன் அடக்க விலைக்கு மேல் கூடுதலாக டாஸ்மாக்கில் வசூலிக்கப்படும் தொகை, துல்லியமான அளவில் ஒன்றிய, வட்ட, மாவட்டச் செயலாளர்கள் அளவில் பகிர்ந்துகொள்ளப்படுவதை அவர் உறுதிசெய்திருந்தார். நேரடியாகக் கொள்முதலில் லஞ்சமாக வரும் பணம் மந்திரிகளின் மூலம் தோட்டத்துக்கு வந்துவிடுகிறபோது அடிமட்டத் தொண்டனின் பங்கைத் தந்துவிடுவதில் தாயுள்ளத்துடன் நடந்துகொண்டார்.

இதற்குப் பதிலாக, ஓர் ஓட்டுக்கு இவ்வளவு பணம் என்று கணக்கிட்டு அதை மொத்தமாகக் கட்சி நிர்வாகியிடம் கொடுத்தால், அதில் எந்த கள்ளத்தனமும் செய்யாமல் அவர்கள் நியாயமான முறையில் வாக்காளர்களிடம் சேர்த்து தங்களது நன்றியை வெற்றியுடன் சேர்த்து அம்மாவின் காலடியில் வைத்தார்கள். இந்த விஷயத்தில் இன்னும் எத்தனைத் தேர்தல்கள் வந்தாலும் திமுக அவர்களது முன்னால் நிற்க முடியாது என்பதையும் அவர் தெரிந்துவைத்திருந்தார். இத்தகைய நுணுக்கமான மேலாண்மைப் பண்பில் சசிகலாவின் பங்களிப்பையும் திறனையும் குறைத்து மதிப்பிடவே முடியாது.

இத்தைகைய கட்சி மேலாண்மை அணுகுமுறை, அரசை நடத்தும் அவரது செயல்முறையில் பெரிய அளவில் ஆதிக்கம் செலுத்தியது. அவரது அரசாங்கம் எங்ஙனம் நடந்தது?

எதிர்க்கருத்து, விமர்சனம் போன்றவற்றை எதிரிகள் தம்மை அழிக்க முயலும் செயல் என்றே அவர் பார்த்தார். இந்தக் கீழ்மையிலிருந்து தாம் இறக்கும் வரை அவரால் வெளியேறவே முடியவில்லை. மிகவும் பதட்டமுள்ள அரசியல்வாதி அவர். உரையாடல், அதன் மூலமான இணக்கம் என்பதில் அவர்

நம்பிக்கையற்றவராக இருந்தார். அதனால் மேலும் மேலும் அதிகாரத்தை செறிவூட்டும் அரசியல் ஆளுமையாக அவர் மாறினார். முரணாக இந்தப் பண்பு அவருக்கு அரசியல் ரீதியாக வெற்றிகளையே சாத்தியப்படுத்தியது. காவிரி, முல்லைப் பெரியாறு போன்ற விவகாரங்களை முழுக்க முழுக்கவும் நீதிமன்றம் சார்ந்த ஒன்றாக மாற்றிய வகையில் அவர் நீதிமன்றங்களின் அதிகாரத்தை மட்டுமல்லாது இந்திய இறையாண்மை என்று சொல்லப்படுவதன் போலித்தனத்தையும் அம்பலப்படுத்தினார். அது மக்கள் மத்தியில் “இரும்புப் பெண்மணி” என்று பெயரெடுக்க அவருக்கு உதவியது. ஆனால் நீண்ட கால நோக்கில் அவர் சாதித்தது பூஜ்ஜியம் என்பதை தண்ணீருக்காகக் கையேந்தும் மக்கள் உணர்கிறார்கள்.

மத்திய அரசுடனான உறவு என்பது நம்பிக்கை, புரிதலை அடிப்படையாகக் கொண்டதாக எப்போதும் இருந்ததில்லை, அப்படி இருக்கவும் முடியாது என்று வெகு சீக்கிரம் புரிந்துகொண்ட அரசியல்வாதி அவர். அது எப்போதும் உறுப்பினர்களின் எண்ணிக்கை சார்ந்தது மட்டுமே என்று நினைத்தார். அதை மத்தியில் ஆள முயன்ற ஒவ்வொரு அரசும் அவரிடம் மெய்ப்பித்தது.

பாரம்பரியமான காங்கிரசை அவர் அந்த சிந்தனைப் போக்கிலேயே நடத்தினார். தனது புனித முகமூடியுடன் இன்று வலம் வரும் பிஜேபி கிட்டத்தட்ட அன்று அவரது காலடியில் கிடந்தது. ஜெயலலிதா கொடுத்த ஆதரவைத் தக்கவைத்துக்கொள்ள நிரந்தரமான சமாதானத் தூதுவர்களை நியமிக்க வேண்டிய கட்டாயத்துக்கு ஆளானார் வாஜ்பாயி. அந்த காலகட்டத்தில் ஆனந்தவிகடன் வரைந்திருந்த ஒரு கேலிச்சித்திரம் இப்போதும் எனக்கு நினைவில் இருக்கிறது.

போயஸ் கார்டன் மீது ஒரு ஹெலிகாப்டர் பறந்துகொண்டிருக்கும். சாமானியன் ஒருத்தன் அது என்ன என்று கேட்பான். அதுவா... அதுல சமரசம் பேச ஒருத்தர் இருக்கார். அம்மாவுக்கு எப்பப்ப கோவம் வரும்னு தெரியலல்ல அதனால நிரந்தரமா ஆள் போட்ருக்காங்க. அவருக்கு கோவம் வந்தா உடனே அந்த ஆள் இறங்கி வந்து சமாதானம் பேசுவாரு...

ஜெயலலிதாவின் அதிகாரம் உலுக்காத புனித பீடங்களே இந்தியாவில் கிடையாது. சிபிஐ முதல் உச்சநீதிமன்றம் வரை. ஆடு, கோழி பலி கொடுத்துக்கொண்டிருந்த கோவில் பூசாரி முதல் திவ்ய தெய்வ வாக்கு சொல்லிக்கொண்டிருந்த சங்கராச்சாரி வரை. கழுத்தில் துண்டைப் போட்டு இறுக்குவதாக இருந்தாலும் சரி,

கட்டியிருக்கும் துண்டை உருவி விடுவதாக இருந்தாலும் அதை முழு திராணியுடன் செய்தவர் ஜெயலலிதா. ஆனால் அது அரசியல் தான்தோன்றித்தனமாக புரிந்துகொள்ளப்படுவதற்குப் பதிலாக அவரது துணிச்சல் என்பதாகப் பொருள்கொள்ளப்பட்டது.

சங்கராச்சாரியாரை தெருவில் இழுத்து வருவதல்ல சமூகத் தேவை. அவர் காவல் காத்துக்கொண்டிருக்கும் சனாதனத்தின் மீது உரசிப்பார்ப்பதே துணிச்சல். அந்த திசையில் ஜெயலலிதா நடந்ததே இல்லை. மாறாக பூஜை புனஸ்காரம் என்று வெளிப்படையாக தனது சாய்வை அறிவித்துக்கொள்பவராக இருந்தார். இங்கும் கூட கோவில் கோவிலாக பூஜைக்குப் போன எடியூரப்பாவின் பதட்டம் எல்லோராலும் எள்ளி நகையாடப்பட்டது. ஆனால் வழக்கறுத்தீஸ்வரர் முதல் ரங்கநாதர் வரை நடையாய் நடந்த ஜெயலலிதாவின் முஸ்தீபுகள் அவரது சொந்த விஷயமாக மட்டும் பார்க்கப்பட்டது.

தொட்டில் குழந்தைகள், மழை நீர் சேகரிப்பு, நில ஆக்கிரமிப்பு மற்றும் விவசாய நிலங்களை பிளாட் போடுவதற்கு எதிரான தொலைநோக்கு போன்ற அட்டகாசமான திட்டங்கள் அவரிடம் உண்டுதான். ஆனால் அதிகாரத்துக்கு எதிரான சிறிய முணுமுணுப்பு என்றால் கூட அவர் அதிகாரத்தின் பக்கமே நின்றார். குறிப்பாக போலீஸ் வன்முறை. அதில் கொஞ்சமும் இரக்கமற்ற சர்வாதிகாரமே அவரிடம் இருந்தது. சிதம்பரம் பத்மினியாக இருந்தாலும் சரி, வன்கொடுமைக்கு உள்ளாக்கப்பட்ட இருளர் பெண்களாக இருந்தாலும் சரி, அத்தகைய விஷயங்களில் அவர் தன்னைப் பெண்ணாக உணர்ந்ததே இல்லை. குறிப்பாக டாஸ்மாக் ஊழல். அது எத்தனைப் பெண்களை தாலியறுக்கச் செய்தாலும் அவரது இதயத்தை அது அசைத்ததே இல்லை. ஆனாலும் தமிழக பெண்களின் அன்பிற்குப் பாத்திரமாக அவரால் இருக்க முடிந்தது. அதற்குக் காரணம் அவர் ஏற்றிருந்த ரவுடிப் பாத்திரம். அத்வானி, சோனியா, ப. சிதம்பரம், டி.என். சேஷன், சுப்ரமணிய சுவாமி என அவரது நெற்றிக்கண் பார்வையிலிருந்து தப்ப முடியாத ஆளுமைகள்தான் எத்தனை பேர் இந்திய அரசியலில்.

ஆனால் இந்த மூர்க்கத்தையும், பெரும்பான்மை என்னும் வலுவான ஆயுதத்தையும் அவரால் எங்ஙனம் பெற முடிந்தது? தமிழகமக்கள் எந்த நம்பிக்கையில் மீண்டும் மீண்டும் அவரைத் தேர்ந்தெடுத்துக்கொண்டே இருந்தார்கள். முதல் ஐந்தாண்டு கால அவரது ஊழலை சகிக்க முடியாமல், பிரச்சாரத்துக்கு வந்த அவர்

மீது செருப்பு வீசி அவரைத் தோற்கடித்த மக்கள் ஏன் அவரிடமே மீண்டும் தஞ்சமடைந்தார்கள். ஏனெனில், சர்வாதிகாரத்துக்கு மக்களிடம் ஒருவித வரவேற்பு இருக்கிறது. அது நமது சமூகத்தின் பொதுப் பண்பாக இருக்கிறது. மேலும் பணிவு என்பதை நமது மக்கள் விசித்திரமான மனநிலையுடன் அணுகுகிறவர்களாக இருக்கிறார்கள். நம்மிடம் இருக்கும் மக்கள் பிரதிநிதிகளில் சரிபாதிக்கு மேல் அடிமைகளாக இருக்கிறார்கள் என்றால், மக்களில் முக்கால்வாசிப் பேர் அடிமைகளாக இருக்கிறோம் என்று பொருள். அடிமைத்தனத்தை ஏற்றுக்கொள்கிற அதை வாழ்முறையாக வரித்துக்கொள்கிற சுபாவம் அமைந்துவிட்டிருக்கிறது என்று அர்த்தம்.

அதனால்தான், தமது தொகுதியில் வெற்றி பெற்றிருக்கும் ஒரு மக்கள் பிரதிநிதி ஊழல்வாதியாக, பொறுக்கியாக இருந்தாலும் மக்கள் என்று வருகிறபோது கொஞ்சமாகக் குனிந்து ஹீ... ஹீ... என்று இளித்துக் காட்டினால் போதும், மக்களின் தன்முனைப்பை திருப்தி செய்துவிடமுடிகிறது. தான் மட்டுமே ராணியாக இருந்துகொண்டு, தனக்குக்கீழே இருந்த எல்லாரையும் சேவகர்களாக மக்கள் முன் நிறுத்தியதில் ஜெயலலிதா அடைந்த வெற்றிக்கு அவர் தேர்தலில் அடைந்த வெற்றியுடன் தொடர்பு இருக்கிறது.

இந்த இடத்தில், மக்களைக் காலில் போட்டு மிதிக்கும் அரசு அதிகாரிகளையும் கணக்கில் கொள்ளவேண்டும். டெஸ்மா, எஸ்மா என்று அவர்களை ஜெயலலிதா பந்தாடியபோது பெரும்பான்மை சமூகம் ரகசியக் கிளுகிளுப்பையே அடைந்தது. (ரவுடிகள் தொடர்புடைய கொலைகள் நடக்கிறபோது, இந்நேரம் ஜெயலலிதா கவர்மெண்டா இருந்திருந்தா இது நடந்திருக்குமா, இந்நேரம் எல்லாரையும் சுட்டுத் தள்ளிருக்கும்...) ஆனால் நிஜத்தில் அவருடைய சேவகர்கள் எல்லாருமே ஊழல் பெருச்சாளிகள்தான். திமுக பெருச்சாளிகளைப் போல திருடவும் செய்துவிட்டு இளக்காரமாகவும் பேசும் தீய குணம் மட்டும் அவர்களிடம் இல்லை. அத்தகைய துக்கிரித்தனம் தமது தளபதிகளிடம் இல்லாமல் பார்த்துக்கொண்டதுதான் ஜெயலலிதாவின் அரசியல் தெளிவு. இப்போதுகூட பாருங்கள், எடப்பாடியின் புன்னகையைக் காண்கையில் அவரது ஊழலா உங்களுக்கு நினைவுக்கு வருகிறது? அதே நேரம் நீங்கள் ஆ. ராசாவைப் பாருங்கள் உங்கள் மனது என்ன சொல்கிறது?

ஒரு கட்டத்தில் தம்மை ஓட்டு மட்டுமே காப்பாற்றும், உறுப்பினர்களின் எண்ணிக்கைகள் மட்டுமே அரசியலில் நிலைக்க வழி என்ற முடிவுக்கு அவர் வந்துவிட்டிருந்தார். அதேசமயம் உடல் நலிவுற்று, தொடர்ந்த சிகிச்சைகளை எடுத்துக்கொள்ளத் தொடங்கியபோதும்கூட தனது ஊழல் நோய்மையில் இருந்து வெளிவரமுடியாத சாபத்தில் அவர் சிக்கியிருந்தார். அவரை நம்பிய தொண்டர்களின், பொதுமக்களின் அளவில் பத்து சதவிகிதம்கூட அவர்கள் மீது அவருக்கு நம்பிக்கை இருந்ததில்லை. ஏதோ ஒன்றின் மீது ஆழ்ந்த கசப்பும் அவநம்பிக்கையும் கொண்ட ஆளுமை அவர். அவரது நேர்மை என்பது மிகவும் சொற்பமான சமயங்களில் மட்டுமே வெளிப்பட்டிருக்கிறது. எந்த அச்சமும் இல்லாமல் பொய் சொல்லக் கூடியவராகவும் அவர் இருந்தார்.

ஆனால், இப்படி ஓர் ஆளுமையால் மட்டுமே இங்கு நிலைக்க முடியும் என்பதை நமக்குச் சொல்லிச்சென்றவகையில் அவர் நமக்கு பிரகடனப்படுத்திய செய்தி மகத்தானது. "என்னைக் குற்றம் சொல்வதன் மூலம் நீங்கள் உங்கள் பாவங்களில் இருந்து தப்பித்துக்கொள்ள முடியாது என்பதே" அது. அது சசிகலாவுக்கு மட்டும் அல்ல நம் எல்லாருக்குமே பொருந்தக் கூடியதுதான். அந்த வகையில் ஜெயலலிதாவுக்கு வரலாற்றில் எப்போதும் இடமுண்டு!

– டிசம்பர் 6, 2017

*

13

ஷோபா சக்தியின் “BOX கதைப் புத்தகம்”: அவமதிப்பின் தணலில் வெளிறும் கலை!

நாவல் படித்து நீண்ட நாட்கள் ஆகிவிட்டன. இரண்டு நாட்களுக்கு முன்பு பொள்ளாச்சியில் எதிர் வெளியீட்டின் விற்பனை நிலையத்துக்குச் சென்றபோது, புத்தகங்களுக்கு நடுவில் இந்த நாவலைப் பார்த்ததும், ஏதோ காணாததைக் கண்டது போல அதைப் பற்றிக்கொண்டேன். அதற்கு இரண்டு காரணங்கள். ஒன்று, ஷோபா எனக்குப் பிடித்த கலைஞன். அவரது சிறுகதைகளின் தீவிர விசிறி நான். ஒரு கதையைப் படித்தால், அதை நண்பர்களுக்கு அனுப்பி, “படித்துப் பாருங்கள்...” என்று கேட்கும் அளவுக்கு அந்தக் கதைகள் என்னை வசீகரித்துக்கொண்டேயிருக்கும். இரண்டாவது, இந்த நாவல் வெளிவந்தபோது - அதைப் *promo* என்று சொல்லலாமா எனத் தெரியவில்லை - இந்த நாவலின் பின்னட்டையில் சொல்லப்பட்டிருப்பது போல “முள்ளிவாய்க்காலுக்குப் பின்னான வன்னிக் கிராமமொன்றின் கதைப் பிரதி” என்று உருவாக்கப்பட்டிருந்த *hype* வாசிப்பின் எதிர்பார்ப்பைக் கூட்டியிருந்தது.

இவ்வாறாக ஒரு நாவல் வெளியாவதற்கு முன்பே அது குறித்து வரையப்படும் சித்திரங்கள் பிரதியின் வாசிப்பில் குறிப்பிட்ட அளவில் பங்காற்றுகின்றன. ஆக, ஒரு நாவல் எது குறித்து பேசப்போகிறது என்பது முக்கியத்துவம் பெறுகிறபோது, குறிப்பாக இந்த விஷயத்தில் அதுவும் ரத்தமும் சதையும் கொண்ட ஒளித்துணுக்குகளாக வாசகப் பரப்பில் போர்க்காட்சிகளும் அதன் வன்முறைகளும் மீள மீள நிகழ்த்தப்பட்டு உறைந்திருக்கிறபோது, அதை எழுத வருகிறவன் எங்ஙனம் அதைக் கலையாக உருமாற்றுகிறான் என்பதும், அந்தப் பிரதி மானுடத்தின் கீழ்மையைத் தொட்டுக்காட்டுவதன் வழி அதே மானுடத்தின் எதை நோக்கிய ஒன்றாக அவ்வுருமாற்றத்தை நமக்கு அர்த்தப்படுத்துகிறது என்பதுமே முக்கியமான கேள்விகளாக நிலைக்கின்றன.

அப்படி ஒன்று நிகழாதபோது, நாவலில் சொல்லப்படுபவை வெறும் சம்பவங்களின் தொகுப்பாக மட்டுமே நின்றுவிடும். அதேசமயம் அதனளவில் வாசகனிடம் சில அதிர்வுகளை விட்டுச் செல்லவே செய்யும். ஆனால் அது மட்டுமே ஒரு பிரதியைக் கலையாக்கிவிடுவதில்லை. இந்த நாவல் குறித்த எனது மதிப்பீட்டிற்கு மேற்கண்ட வரையறைகளையே அடிப்படையாகக் கொள்கிறேன். அதிலிருந்தே எனது பார்வையை இங்கு முன்வைக்கிறேன். இப்படி நான் வரித்துக்கொள்கிற சாளரத்தின் வழியாக நாவலின் இயங்குதளத்தைப் புரிந்துகொள்வதும், அதன் வழியாக இந்த நாவல் பிரதிநிதித்துவப்படுத்தும் ஒன்றின் மீதான விமர்சனப் பூர்வமான உரையாடலை வடித்தெடுப்பதுமே எனது நோக்கம்.

இந்த நாவல் குறித்து பேசப் புகுமுன், ஈழத்தில் யுத்தம் நடந்துகொண்டிருந்த அதன் உச்சத்தில், அரசுக்கு எதிராக போராடிக்கொண்டிருந்த ஒரு தரப்புக்கு தோல்வி உறுதியாகப் போகிற அதன் இறுதிக் கட்டத்தில் மற்றும் அதற்கு அடுத்த காலகட்டத்தில், தமிழக வாசகப் பரப்பில் அலையாக அடித்துக்கொண்டிருந்த மூன்று முக்கிய ஒளித்துணுக்குகளைப் பற்றி நாம் கொஞ்சமாக நினைவூட்டிக்கொள்வோம்.

ஒன்று: பிடித்து வைக்கப்பட்ட தமிழ்ப் போராளிகள் கண்களும் கைகளும் கட்டப்பட்டு பின் மண்டையில் சுட்டு கொல்லப்படும் காட்சிகள். அதை எக்காளத்துடன் தங்களது தொலைபேசியில் படம் பிடித்தபடியே அந்த ஈர நிலத்தில் நடந்துகொண்டிருக்கும் இராணுவ வீரர்கள்.

இரண்டு: ஒரு ட்ரக்கில் குற்றுயிரும் கொலையுயிருமாக மரம் செடி கொடிகளைப்போல குவித்து வைக்கப்பட்டிருக்கும் பெண் போராளிகள் மற்றும் சிவிலியன் பெண்கள். அந்தக் குவியலில் இருந்து முனகல் சத்தம் கசிந்தபடியே இருக்கிறது. இங்கும் கீழே நிற்கிற இராணுவ வீரர்கள், "எப்படி முனகுகிறாள்கள் பார்..." என்று நகைப்புடன் உரையாடிக்கொண்டே நடக்கிறார்கள்.

மூன்று: இசைப்பிரியா கடைசியாக காணக்கிடைத்த ஒளித்துணுக்கு மற்றும் பாலச்சந்திரனின் இறுதி நிமிட புகைப்படங்களின் தொகுப்பு.

இந்தப் போரின் ஊடாக இலங்கையிலும், தமிழகத்திலும் புலம்பெயர் நாடுகளிலும் அன்றைய காலகட்டத்தில் எட்டியிருந்த கொதிநிலையும், அதன் அரசியல் இருப்பும், அதில் விரவியிருந்த அன்பும், சமூகத்தின் கையறு நிலையும், அரசுகளின் சூழ்ச்சிகள்

நிரம்பிய முன்னெடுப்புகளும் வாசகப் பரப்பில் குவிந்தே கிடந்தன. அதைக் காண நேர்ந்த எல்லா தரப்பு மக்களிடமும் அதிர்ச்சியும், ஆவேசமும் பீறிட்டுக்கொண்டே இருந்தது. பிறகு, வரலாற்றில் தொடர்ந்து நிகழ்வது போல, ஒரு மீளா அமைதியை நோக்கித் தவழ்ந்து அடங்கியது.

இந்தக் கொதிநிலையின் பின் காலத்தில் வந்திருக்கும் இந்நாவல், அந்தப் போரின் இறுதி வன்முறைகளை மீளவும் கண்டுகொண்டதன் வழியாக - இங்கு "கண்டுகொண்டது" எனும் வார்த்தை சுட்டுவது, நாம் எல்லோரும் ஒளித்துணுக்குகளின் வழியாகக் "கண்டதை" அல்ல - அதைத்தாண்டி அதை எழுதுகிற கலைஞன் "தனது கலையின் வழியாக "அதைக்" கண்டதும், அதை பிரக்ஞைபூர்வமாக வாசகனுக்குக் கடத்தியதும் என்ன என்பதுமே நான் சொல்ல வருவது. அந்த வகையில் இந்த நாவல் எனக்கு ஏமாற்றத்தையே அளிக்கிறது. அதன் காரணிகள் என்ன என்பதை நோக்கியே நான் கவனம் குவிக்க விரும்புகிறேன். அங்ஙனம் செல்லுமிடத்து நான் கண்டடையும் முரண்களையும், எனது அனுமானங்களையும் தொகுத்து உங்கள் முன்வைக்கிறேன்.

மேலும், இதை வெறும் ஏமாற்றம் என்பதைக் கடந்து, மிகவும் வெளிப்படையாக இது வாசிப்பவனிடம் ஒருவித உணர்வுச் சுரண்டலை ஏற்படுத்துகிறது, அதன் வழியாகவே தன்னை ஒரு நாவலாக நிறுவிக்கொள்கிறது என்றும்கூட நான் சொல்லத் துணிகிறேன்.

ஏனெனில், ஓர் அடிக்கு ஓர் அடியில் கட்டம் உருவாக்கி *(BOX)* அதனுள்ளே நிர்வாணமாக இரண்டு போராளி இளைஞர்களை நிற்கவைத்து விசாரணை அதிகாரிகள் அவர்களை விசாரிக்கும் காட்சியும், அவர்களில் ஒருவன் அவ்வாறு தொடர்ந்து நிற்க இயலாமல் போகிறபோது அந்த கோட்டைத் தொட்டுவிட நேர்கையில், அவனது காலின் ஐந்து விரல்களும் ஒரே வீச்சில் வெட்டப்படும் இடமும் இந்த உணர்வுச் சுரண்டலுக்கு சிறந்த உதாரணம். இங்குதான் படிக்கும் வாசகர்கள் அதிர்ச்சிக்கு உள்ளாகிவிடுகிறார்கள். ஏனெனில் அந்த வன்முறை அதைப் படிக்கும் மென் மனங்களுக்கு சகிக்க இயலாததாக இருக்கிறது. மேலும் இந்த விவரணைகள் சினிமா காட்சியடுக்கு முறையில் கச்சிதமாக சொல்லப்பட்டிருக்கின்றன. அந்தக் கச்சிதத்தின் உள்ளீடாக "நீ அதிர்ச்சி அடைந்து விடு... அதிர்ச்சி அடைந்து

விடு..." என்று படைப்பு இறைஞ்சுவது நமக்குக் கேட்கிறது. அது கட்டத்திற்குள் மட்டுமல்ல நாவல் முழுக்கவும் கேட்கிறது.

மேலும் நாவல் உருவாக்கும் இத்தகைய அதிர்ச்சிகளைத் தாண்டி நம்மை முன் நகரவிடாமல் அங்கேயே முளையடித்தும் வைத்துவிடுகிறது. அதனால்தான் கலை வெளிறிப்போய் மொத்த சம்பவமும் மசாலா சினிமாவைப் போல தோற்றம் கொள்கிறது. நான் கேட்பதெல்லாம் ஒன்றுதான். நமது மிச்சமிருக்கும் வாழ்நாள் முழுவதுமே, நிஜத்தில் நமக்குக் காணக் கிடைத்த அந்தப் பெண் போராளிகளின் முனகல் சத்தம் கேட்டுக்கொண்டே இருக்கும் போது, "எப்படி முனகுகிறாள்கள் பார்..." எனும் அந்த கேலிச் சிரிப்பின் அபத்தம் துரத்திக்கொண்டே இருக்கும்போது, அதையொத்த நிகழ்வுகளை ஒரு நாவலில் மீண்டும் நிகழ்த்திக் காட்டும் எழுத்தாளன் "அதன் வழியாக வாசகனுக்குக் கடத்த விரும்புவது என்ன...?"

அதற்கான பதில் நாவலில் சூன்யமாக இருக்கிறது என்பதே எனது புரிதல். ஆனால் அந்தக் கேள்வி ஷோபாவை நோக்கி கேட்கப்படுவதிலிருந்து, அவரது கலையின் பெறுமதி குறித்த சந்தேகங்கள் இந்த நாவலையொட்டி எழுப்பப்படுவதிலிருந்து எங்ஙனம் அவர் தம்மை விலக்கிவைத்துக்கொள்ள முடிகிறது என்று யோசிக்கையில் அதை தான் முன்வைக்கும் அரசியல் பார்வையின் வழியாகவே அவர் சாதித்துக்கொள்கிறார் என்று தோன்றுகிறது. அவரது நாவலின் கலை சார்ந்த பெறுமதிகள் குறித்த கேள்விகள் வருகிறபோது அது பேசும் அரசியலின் திரைக்குப் பின்னே அந்த விவாதங்கள் மறைந்து போகின்றன. ஒன்றை ஒன்று காத்துக்கொள்கின்றன. ஆனால் இவையிரண்டையும் பிரித்துப் பார்க்கையில் அல்லது படைப்பாளியிடம் செயல்படுகிற அரசியல் மற்றும் கலை மனதின் முயக்கப்புள்ளியைப் பின்தொடர்ந்து சென்று அதில் வெளிச்சம் பாய்ச்சுகையில் அவரின் போதாமைகள் வெளிப்படுகின்றன. அந்த அடிப்படையில் இந்த நாவலில் நாம் போதாமைகள் என்று சுட்டுவது இந்த நாவலின் போதாமையாக மட்டும் நில்லாமல் ஷோபாவின் கலை மற்றும் அரசியலை நோக்கியும் அது நீள்வது இயல்பாக நடந்தேறுகிறது.

ஆக, இந்த நாவலின் கலைத்தன்மையை ஆராய்வதன் வழியாக, நாம் ஷோபாவின் அரசியல் பார்வையையும் ஆராய நேர்கிறது. ஏனெனில் ஷோபாவின் மொத்த படைப்புலகமும் அவரது அரசியல் பார்வையில் இருந்தே எழுகிறது. "தான் எழுதும் புனைவுகள் ஒவ்வொன்றும் தனது அரசியல் நிலைபாட்டில் இருந்து

ஜி. கார்ல் மார்க்ஸ்

வருவது'' என்றே அவரும் பிரகடனப்படுத்துகிறார். அது நாவலாக இருந்தாலும் சரி, சிறுகதையாக இருந்தாலும் சரி அதில் பெரும்பகுதி உண்மைப் பாத்திரங்களே. அது அவரது படைப்புகளுக்கு ஒருவித உண்மைத்தன்மையை அளிக்கிறது. ஆனால் இங்கு கேள்வி என்னவெனில், அது கலைக்கு உண்மைத்தன்மையை அளிக்கிறதா என்பதே. இங்குதான் தனது கலை சார்ந்த பலவீனங்களை ஷோபா தனது அரசியலுக்குள் மறைத்துவிடுவது சாத்தியமாகிறது. அல்லது அவ்வாறு நடந்துவிடுகிறது.

இதைச் சொல்லுமிடத்து, நான் தெளிவாக ஒன்றைப் பிரகடனப்படுத்திவிடுகிறேன். அது என்னவென்றால், புலிகள் குறித்த, அவர்களது பாசிஸ வழிமுறைகள் குறித்த ஷோபாவின் விமர்சனங்கள் மீது எனக்கு முழுக்கவும் உடன்பாடே. ஷோபாவின் புலி எதிர்ப்பு அரசியல் பார்வை என்பது அதனளவில் பாசிஸ எதிர்ப்பும், ஜனநாயகம் மற்றும் சமத்துவம் மீதான பெருவிருப்பையும் அடிப்படையாகக்கொண்டது என்பதை நான் ஏற்றுக்கொண்டே அது குறித்து பேசுகிறேன். ஆனால் மிக முக்கியமாக நான் கவனப்படுத்த விரும்பும் புள்ளி ஒன்று இருக்கிறது, அது என்ன என்றால், விமர்சனம் என்பதைத்தாண்டி அவர் விடுதலை இயக்கங்களின் தவறுகளின் பொருட்டு அந்த முன்னெடுப்புகளை அவமதிக்கும் நிலைக்கு நகர்கிறார் என்பதே. அதுவொரு காழ்ப்பாக அவரில் செயல்படுகிறது. அந்த எத்தனத்தில் அவர் தானொரு கலைஞன் எனும் நிலையிலிருந்து கீழிறங்கி தானும் ஒரு தரப்பாக மாறிவிடும் சுழலில் சிக்கிக்கொள்கிறார். அவர் நம்பும் அரசியல் பெறுமதியானது அவரது கலையின் மீது இருட்டைப் போல கவியும் அபத்தம் இங்குதான் நேர்கிறது.

விமர்சனத்துக்கும் அவமதிப்புக்குமான கோட்டை அழித்து ஆடுவதன் மூர்க்கத்தில் கலைக்கும் அரசியலுக்குமான கோட்டை மாற்றி வரைந்துகொண்டு தன்னை ஏமாற்றிக்கொள்வதன் வழியாக பிரதியின் மீது வன்முறையாக குந்திக்கொண்டு அவர் நடனமிடுவதை இந்த நாவலின் பல இடங்களில் பார்க்கமுடிகிறது. அத்தகைய இடங்கள்தான், அவரது கலை உச்சமாகவும் அல்லது அவரது அரசியல் தீவிரத்தன்மையாகவும் புரிந்துகொள்ளப்பட்டு அவரை ஏற்பவர்களாலும் மறுப்பவர்களாலும் விவாதிக்கப்படுகிறது.

ஆனால் இவை இரண்டையும் கடந்து ஷோபாவைக் கறாராக மதிப்பிட வேண்டியது மிகவும் அவசியமாக இருக்கிறது. ஆக, நாவல் முழுக்கவும் பாசிஸ எதிர்ப்பு என்ற பெயரில், ஜனநாயகம்

என்ற பெயரில், கரிசனம் என்ற பெயரில் வெளிப்படுவது அவமதிப்பின் மூர்க்கமாகவே இருக்கிறது. புலி ஆதரவு என்பது எங்ஙனம் கலைக்கு எதிரான பண்பாகத் திரியும் சாத்தியங்களைக் கொண்டதோ அதே போல புலி எதிர்ப்பும் கலைக்கு எதிரான பண்பாகத் திரியும் சாத்தியங்களைக் கொண்டதே. மேலும் தட்டையான அதிர்ச்சி மதிப்பீட்டைக் கொண்டிருக்கும் படைப்பாக தன்னை வெளிப்படுத்திக்கொள்வதன் வழியாக இந்த நாவலே அதை உறுதி செய்கிறது.

கலை அதனளவில் சுயேட்சையாக இயங்குவதை ஷோபா தாம் அரசியல் என்று நம்பும் தீவிரத்தின் வழியாக நாவலில் மட்டுப்படுத்திவிடுகிறார். ஒரு "தரப்பாக" மட்டும் இருப்பதன் எல்லைகளைக் கடந்து முழுமையை நோக்கி நகர முடியாததன் வழியாக, படைப்புச் செயல்பாடு சாதிக்கக்கூடிய மானுட ஒருங்கிணைவின் மீதான விழைவாகக் கனியாமல் பிரதி சாரமற்று உதிர்கிறது. இது ஏன் நிகழ்கிறது? ஒரு தரப்பின் குரலாகப் பேசும் படைப்புகள் ஒருங்கிணைவின் குரலாக உருமாறும் ரசவாதம் நடப்பதில்லையா? மானுடத்தின் கீழ்மையை மட்டுமே பேசுவதன் வழியாக மேன்மையை நோக்கிப் பயணிக்கும் பிரதிகள் இல்லையா? இருக்கின்றன. ஆனால், இங்கு ஷோபாவுக்கு நிகழ்வது என்னவென்றால், தான் கொண்டிருக்கும் அரசியல் சரித்தன்மைக்கும், தனது சிதைந்த அரசியல் தனிமனிதத் தன்னிலைக்கும் இடையில் தனது படைப்பை வைத்து அதனிடம் கெஞ்சும் தோரணையில் உரையாடிக்கொண்டே இருக்கிறார். அதில் நம்மையும் பங்கேற்கச் சொல்லி நாவலுக்கு வெளியே வந்து நம்மை அழைத்தபடியே இருக்கிறார்.

இந்தக் கூக்குரலின் நடுவே நாவல் தன்னால் எட்ட முடியாத கலைத்துவத்தின் முன் மண்டியிட்டு அழுதபடியே இருக்கிறது. அதன் கண்ணைத் துடைத்து விடும் கரங்களாக அதில் செயலாற்றும் அரசியல் பயன்படுகிறது. முரணாக இந்தக் கேவலின் ஒலி ஒரு சீரிய வாசகனை பிரதியில் இருந்து வெளியேற்றுகிறது. இந்தத் துரத்துதலை மீறி ஒரு வாசகனால் நாவலுடன் பயணிக்க முடிகிறது என்றால் அதற்கு இரண்டு காரணங்கள்தான். ஒன்று மிகத் தந்திரமாக வாசிப்பவனின் கையறு நிலையை அவனுக்குச் சுட்டுவதன் வழியாக அவனது குற்றவுணர்ச்சியின் மீது சம்மணமிட்டு பிரதி அமர்ந்துவிடுவது.

இரண்டு, பாதிக்கப்பட்ட தரப்பு, ஒடுக்கும் தரப்பு எனும் இருமையை உருவாக்கி அவற்றில் பாதிக்கப்பட்ட தரப்புடன் வாசகனை ஆழமாகப் பிணைத்துவிடுவது. அதேசமயம் ஒடுக்கும் தரப்பின் இருப்புக்கும் அரூபமான பொறுப்பாளனாக அவனை ஆக்கிவைப்பது. ஆக, இந்தப் பிணைப்பிலிருந்து சோர்வுற்று வெளியேற எத்தனிக்கும் வாசகன் அதில் செயல்படும் அரசியலில் இருந்தே தனக்கான சங்கிலியை நெய்து தனது காலில் பிணைத்துக்கொள்கிறான். அதற்கு உதவுவது மட்டுமே ஷோபா படைக்கும் பாத்திரங்களின் பணி என்றாகிறது. மேலும் அவர் தன்னுணர்வற்று அதைச் செய்கிறார். அதனால்தான் வாசகன் அதிலிருந்து வெளியேற முடிவதில்லை. இதுவே இந்த நாவலின் வெற்றியாக சமைகிறது. இதைத்தான் நான் கலை தோற்குமிடம் என்று சுட்ட விரும்புகிறேன். அப்படி என்றால் கலையின் வெற்றி என்றால் என்ன என்ற கேள்வி இதைப் படிப்பவர்களுக்கு வரலாம்.

இதை இந்த நாவலில் வரும் ஒரு சம்பவத்தை விளக்குவதன் வழியாக கோடிட்டுக் காட்டமுடியும் என்று நான் நினைக்கிறேன். நீங்கள் நாவலில் படித்து நான் சொல்ல வருவதன் முழுமையை உணர்ந்துகொள்ளுங்கள். இனப்பாகுபாடும் அது சார்ந்த வன்முறைகளும் உச்சத்தில் இருந்த காலத்தில், பேருந்துகள் வழிமறிக்கப்பட்டு சிங்கள வன்முறையாளர்களால் தமிழர்கள் மட்டும் அதிலிருந்து பிரிக்கப்பட்டு வெட்டியும் எரித்தும் கொல்லப்படும் சம்பவங்கள் தொடர்ந்து நடக்கின்றன. (அதுவரை பதினோரு சம்பவங்களுக்கு மேல் நடந்திருக்கிறது) நாவலில் கதை சொல்லியின் நண்பன் ஒரு தீவிரமான விடுதலை இயக்கத்தினன். அரச படைகளின் சங்கேதக் குறியீட்டு உரையாடல்களைக் கூட உடைத்து இயக்கத்துக்கு உதவும் அளவிற்கான திறனுள்ளவன். ஒருநாள் அவனது தந்தை பயணிக்கும் பேருந்து நடுக்காட்டில் நிறுத்தப்படுகிறது. தமிழர்கள் மட்டும் அதிலிருந்து பிரித்து இறக்கப்படுகிறார்கள். பீதியும் கண்ணீருமாக அவர்கள் இறங்குகிறார்கள். மீதமுள்ள சிங்களர்கள் கையறு நிலையில் கண்ணீருடன் அசைவற்று உட்கார்ந்திருக்கிறார்கள். ஆனால் கிறிஸ்துவரான இந்தத் தந்தையோ தன்னை ஒரு சிங்களர் போல காட்டிக்கொண்டு பேருந்திலிருந்து இறங்காமல் அதிலேயே அமர்ந்துகொண்டிருக்கிறார். ஆனால் அந்த வன்முறை கும்பலில் இருக்கும் ஒரு சிறுவன் மட்டும் சற்றே திரும்பி அவரது முகத்தை இரண்டு முறை பார்க்கிறான். பிறகு அவரது பேரைச் சொல்லி, “இது நீதானேடா தமிழ்ப் பன்றி... உன்னை எனக்குத் தெரியும்...” என்று திட்டி அவரைப் பேருந்திலிருந்து கீழே இறக்குகிறான். அவர்களது

கையில் துப்பாக்கி, கத்தி உள்ளிட்ட கொலைக்கருவிகள். பிறகு பேருந்து வெறும் சிங்களர்களுடன் நகர்த்தப்படுகிறது. கொஞ்ச நேரத்தில் அந்தப் பேருந்து வெடித்துச் சிதறுவதை காட்டில் நடத்திச் செல்லப்படும் தமிழர்கள் பார்க்கிறார்கள். அப்போதுதான் தம்மைப் பேருந்தை விட்டு இறக்கியது இயக்கப் பொடியர்கள் என்பது அச்சத்தில் உறைந்தபடி நடக்கும் அவர்களுக்குத் தெரிகிறது. தந்தையைத் திட்டிய அந்தப் பொடியன் அவரிடம் இப்போது வந்து வருத்தம் தெரிவிக்கிறான். ஆபாசம்...! ஆபாசம்...!

மேலும் இந்த அத்தியாயம் முழுக்க சினிமா மொழியில் இருக்கிறது. மட்டுமல்லாமல் இங்கு ஒரு grey area-வையும் ஷோபா உருவாக்குகிறார். அதன் வழியாக அரச வன்முறைக்கும் இயக்க வன்முறைக்குமான கோட்டை அழிக்க முற்படுகிறார். ஆனால் கலை என்பது வன்முறை என்பதன் ஊற்றை மட்டுமே ஆராயக்கூடியது. இந்தக் கோடுகளை அழிக்கத் தூண்டுவது. இந்த அத்தியாயத்தில் ஆபாசத்தின் உச்சம் என்னவென்றால், இந்த சம்பவத்தை வந்து வீட்டில் சொன்னவுடன், அந்தப் புலி மகன், எந்தப் புலி மகன் சங்கேத வார்த்தைகளை உடைத்துக் கேட்கும் திறன் மிக்க பொறுப்பில் இருப்பவனோ அவன் இந்த நாவலின் கதை சொல்லியிடம் வந்து தனது ஆயுதங்களை ஒப்படைத்து "இதைத் தலைமையிடம் கொடுத்துவிடு, நான் இயக்கத்தைவிட்டு இன்றிலிருந்து விலகுகிறேன் இப்படி ஒன்றுமறியாத அப்பாவிகளைக் கொல்லும் இயக்கத்தில் என்னால் இருக்கமுடியாது" என்று சொல்லிவிடுகிறான். இதையெல்லாம் பல்லாண்டு வாழ்க திரைப்படத்தில் எம்ஜியார் நிகழ்த்தியபோது சிரித்த தலைமுறை இல்லையா ஷோபா நீங்கள்? இதற்கு சற்றும் குறைவில்லாத பண்டாரக வன்னியன் குறித்த தகவல் நிறைந்த ஓர் அத்தியாயமும் இருக்கிறது. அதையெல்லாம் எங்களது பள்ளிக்காலத்தில் நாங்கள் கலைஞரின் தொடராகவே படித்துவிட்டோம். அவன் கடைசிக் காலத்தில் பெண்களைக் கடத்தி விற்றான் என்பது மட்டுமே கூடுதல் தகவல். இந்தக் கூடுதல் தகவல் மட்டுமே எதையும் கலையாக்கிவிடுவதில்லை.

– பிப்ரவரி 4, 2018

*

14

மக்கள் நீதி மய்யம்: ஜிகினா அரசியல்

ஒருவழியாக கமல் தனது கட்சியைத் தொடங்கிவிட்டார். "மக்கள் நீதி மய்யம்" என்கிற அவரது கட்சியின் பெயரைப் பார்த்தால் பெயரை அவரேதான் தேர்ந்தெடுத்திருப்பார் என்று தோன்றுகிறது. மறக்காமல் அருகில் இருந்த ஆலோசனைக் குழுவிடம் "நல்லாருக்குல்ல..." என்று அவர்களது கருத்தைக் கேட்டிருப்பார். அவர்களும் "அட்டகாசமாக இருக்கிறது" என்று அவருக்குப் பிடித்த பதிலைச் சொல்லியிருப்பார்கள். விழாவுக்கு கேஜ்ரிவாலை வரவழைத்திருக்கிறார். இதை நல்ல ஏற்பாடு என்றே நான் புரிந்துகொள்கிறேன். அன்னா ஹசாரேவுடன் களத்துக்கு வந்தபோது கேஜ்ரிவால் டெல்லியின் முதலமைச்சர் ஆவார் என்று யாராவது நம்பினோமா என்ன. இல்லையே. ஆக இதன் வழியாக ரசிகர்களாக, நற்பணி மன்றத்தாராக இருந்த தனது தொண்டர்களுக்கு மட்டுமல்லாது பொதுமக்களுக்கும்கூட நம்பிக்கை வழங்க முற்படுகிறார் கமல்.

"கமலிடம் என்ன அரசியல் இருக்கிறது" என்று கேட்கிறார்கள் விமர்சகர்கள். அது உண்மைதான். இதற்கு நேரடியாக பதில் சொல்லமுடியாவிட்டாலும், இப்படிச் சொல்லலாம். இங்கு அரசியல் என்று எதெல்லாம் அறியப்பட்டிருக்கிறதோ அதெல்லாம் நீர்த்துப் போய் மக்களிடம் இருந்து அந்நியப்பட்டுப் போயிருக்கும் சூழலில், ஒரு கட்சியைத் தொடங்குவதற்கு அரசியல் என்ற ஒன்றே தேவையில்லை, மேலும் அது அதீத சுமை என்று திரிந்திருப்பதைக் கமல் உணர்ந்திருக்கிறார். கமல் மட்டும் அல்ல, அவரைப் போல இங்கு அரசியல் பேச வந்திருக்கும் பலரும் இந்த எதார்த்தத்தை உணர்ந்திருக்கிறார்கள். மேலும், தமிழகத்தில் இன்று நிலவுவது கட்சி அரசியல், சித்தாந்த அரசியல் என்பதைக் கடந்த "செலிப்ரிட்டி அரசியல்" (celebrity politics) என்கிறபோது, அரசியல் கட்சி தொடங்கக்கூடிய தகுதி அவருக்கு இயல்பாகவே

வந்துவிடுகிறது. ஆக “அரசியலின்மை” என்பது அரசியலுக்கான தகுதியாக வரையறுக்கப்பட்டிருக்கும் தமிழகச் சூழலில் கமலின் அரசியல் பிரவேசத்தில் ஆச்சர்யப்பட ஒன்றுமில்லை.

கமலைப் போன்ற அரசியல் போலிகள் அரசியலுக்கு வருவதற்கு பாதை சமைத்துக் கொடுத்ததில் இங்கு மாறி மாறி ஆட்சியில் வீற்றிருக்கும் இரண்டு திராவிடக் கட்சிகளின் அற்பத்தனத்துக்கும், மக்கள் விரோத செயல்பாடுகளுக்கும் முக்கியமான பங்குண்டு. சமூக நீதி, மாநில சுயாட்சி, பொருளாதாரத் தன்னிறைவு போன்ற காத்திரமான அரசியல் பார்வைகளை விடுவோம். மிக எளிமையான, எல்லோருக்கும் புரிந்த ஓர் உதாரணத்துடன் இங்கு நிலவும் “அரசியல் வெற்றிடத்தைப்” புரிந்துகொள்வோம். இங்கு நான் சொல்வது எல்லோரும் சொல்லிக்கொண்டிருக்கும் “சட்டமன்ற இடங்களைப் பங்குபோட்டுக்கொள்ளும் வாய்ப்பைத் தருகிற அரசியல் வெற்றிடம்” அல்ல. எது அரசியல் தேடலோ, அந்த வெற்றிடம். மிக அடிப்படையான ஒரு வெற்றிடம்.

அந்த உதாரணம் “டாஸ்மாக்”.

இங்கு ஒரு குவார்ட்டர் பாட்டிலுக்கு ஐந்து ரூபாய் கூடுதலாக விலை வைத்து விற்கப்படுகிறது. ரசீது என்ற ஒன்று கிடையாது. கிட்டத்தட்ட நாய்கள் படுத்துப் புரளும் சாக்கடையிலும் கீழான நிலையில் அந்தக் கடைகள் இயங்குகின்றன. விற்பனையாளர்களோ அரசு ஊழியர்கள். கூடுதலாக விற்கப்படும் பணம், மிகத் திட்டமிட்ட வகையில், விற்பனையாளர், சூப்பர்வைசர், போலீஸ், கட்சிப் பிரதிநிதிகள், டாஸ்மாக் நிறுவன மேற்பார்வையாளர்கள், சோதனையாளர்கள், ஆய்வக ஊழியர்கள் போன்றவர்களால் பகிர்ந்துகொள்ளப்படுகிறது. இந்த அருவருக்கத்தக்க கொள்ளையில் ஆளுங்கட்சி, எதிர்க்கட்சி இரண்டுக்குமே சம பங்கு இருக்கிறது. இந்த ஊழல், சரக்குக் கொள்முதலில் தொடங்குகிறது. எதைக் குடிக்கவேண்டும் என்று வாடிக்கையாளன் தீர்மானிக்க முடியாது. கொள்முதல் செய்யும் ஊழல் பெருச்சாளிகளே அதைத் தீர்மானிக்கிறார்கள்.

இங்கு ஒரு ரப்பர் பேண்ட் தயாரித்து விற்கவேண்டும் என்றால் கூட அதற்குத் தேவையான தரத்தை நீங்கள் பராமரிக்க வேண்டும். ஆனால் கோடிகளில் வியாபாரம் நடக்கிற, அருந்துகிறவர்களின் ஆரோக்கியத்துடன் நேரடித் தொடர்புடைய, அதன் வழியாக சமூக அமைதியில் மற்றும் அமைதியின்மையில் பங்காற்றுகிற,

பொருளாதார உற்பத்தியை பாதிக்கிற ஒரு விவகாரத்தில் எந்த தரக் கட்டுப்பாடும் இல்லாமல் அது நிகழ்கிறது.

சரக்கு என்ற பெயரில் எதை வேண்டுமானாலும் ஒரு நிறுவனம் தயாரித்து அதை டாஸ்மாக்கிற்கு அனுப்பமுடியும். அதை அரசே விற்கும். மக்களைப் பிரதிநிதித்துவப்படுத்துவதாக, மாற்று அரசியல் பேசுவதாக கூறிக்கொள்ளும் எந்த அமைப்பும் அது குறித்துப் பேசாது. ஊழல் என்று பேச முற்படும் சொற்ப ஆட்களின் குரல்கூட "ஒழுக்கவியல் பார்வையின் அடிப்படையில்" நெரிக்கப்பட்டுவிடும். இந்த விஷயத்தில் இங்கு நிலவும் அமைதிக்கும் நமது "அரசியல் சொரணையின்மைக்கும்" தொடர்பு உண்டு. இந்த சொரணையின்மைதான் இங்கு நிலவும் உண்மையான அரசியல் வெற்றிடம். அதைப் புரிந்துகொள்ளும்போதுதான் கமல் போன்றவர்களின் அரசியல் பிரவேசம் ஏன் நிகழ்கிறது என்பது புரியும்.

சரக்கு விவகாரத்தில் இத்தகைய ஓர் ஊழல் கூட்டணி கேரளாவில் நடக்க சாத்தியம் அல்ல. அவர்கள் நம்மைவிட நிறைய சரக்கடிப்பவர்களாக இருக்கலாம். ஆனால் அடக்க விலையை விட ஒரு ரூபாய்கூட கூடுதலாகத் தரமாட்டார்கள். ஸ்ட்ரைக்கில் ஈடுபடுவார்கள். கடைகளை உடைப்பார்கள். நாம் ஏன் அதைச் செய்யவில்லை.? ஏன் செய்யமுடியவில்லை? அதைச் செய்யவிடாமல் தடுக்கும் அரசியல் எது? எதுவென்றால் ஆளுங்கட்சியும் எதிர்க்கட்சியும் சேர்ந்து அமைத்திருக்கும் ஊழல் கூட்டணியாக இது இருக்கிறது என்பதுதான். எங்கிருந்து கேள்வி எழவேண்டுமோ அவர்களும் ஊழலின் பங்காளிகளாக வெளிப்படையாக மாறுகிறபோது ஊழல் என்பது அசைக்க முடியாத நிறுவனமாகத் தகவமைகிறது.

இந்த டாஸ்மாக் என்பது ஒரு சோற்றுப் பதம். இதை இங்கு நிலவும் ரியல் எஸ்டேட், பொதுப்பணித்துறை, கல்வி, மருத்துவம் உள்ளிட்ட எல்லா ஊழல்களுக்கும் நீங்கள் பொருத்திப் பார்க்கலாம். அதனால்தான் இதை எதிர்த்து ஒன்றும் செய்ய முடியாது என்று மக்கள் முடங்குகிறார்கள். தலை குனிகிறார்கள். சலிப்படைகிறார்கள். கேள்வி கேட்காமல் வரிசையில் காத்திருப்பவர்களாக மாறுகிறார்கள். மக்களின் இந்த மனநிலை ஒருவித அரசியல் திகட்டல் நிலையாக (political saturation) மாற்றமடைகிறது. ஆக, பாதிக்கப்படும் பொதுமக்கள், ஆள்பவர்கள் மற்றும் எதிர்ப்பவர்கள் இரண்டு பேர் குறித்தும் சமமான கருத்துநிலைக்கு வந்தடைகிறார்கள். அப்போது

மீட்பர்கள் குறித்து ஏங்குகிறார்கள். அதுதான் ஜிகினாக்கள் மீது அவர்கள் கவர்ச்சி கொள்வதை தவிர்க்கமுடியாததாக ஆக்குகிறது. இங்குதான் கமல் போன்றவர்கள் வெளிச்சத்துக்கு வருகிறார்கள். கவனிக்கப்படுகிறார்கள்.

மேலும், கொள்கை வேட்கையுள்ள தலைவர்கள் சமூகத்தின் அடிமட்டத்தில் இருந்து உருவாகி வரமுடியாது என்பதை இரண்டு திராவிடக் கட்சிகளும் உறுதிப்படுத்தி வைத்திருக்கின்றன. திமுக அதற்கு சிறந்த உதாரணம். அவர்கள் தங்களது அடுத்த தலைவராக உதயநிதியை அடையாளம் கண்டிருக்கிறார்கள். கமலை நோக்கி நெற்றிக்கண்ணைத் திறக்கும் திமுக சார்பு அறிவுஜீவிகள்கூட, இந்த விஷயத்தில் முரட்டுத்தனமாக முட்டுக் கொடுக்கிறார்கள் அல்லது கள்ள மவுனம் சாதிக்கிறார்கள். ஸ்டாலின் திமுகவின் தலைமைக்கு வருவது அரசியல் நெறிகளுக்கு எதிரானது, தார்மீக அடிப்படையில் தவறானது போன்ற விவாதங்கள் அதன் ஆரம்ப காலத்தில் உருவானபோது வெளிவந்த இன்னொரு முக்கியமான குரல் "அது வாரிசு அரசியலைத் தவிர்க்க முடியாததாக தமிழகத்தில் நிலைநிறுத்தும்" என்பதுதான். அந்த நிஜத்தை இப்போது நாம் ஏற்றுக்கொள்ளப் பழகியிருக்கிறோம்.

கட்சி ஆரம்பித்த அன்றே "உங்களது மகள்கள் அரசியலுக்கு வருவார்களா" என்று பத்திரிக்கையாளர்கள் கமலைப் பார்த்துக் கேட்கிறார்கள். நான் திமுக அனுதாபிகளை நோக்கிக் கேட்கிறேன்... இந்தக் கேள்வியின் அபத்தம் உங்களை நாணச் செய்யவில்லையா? எனக்கு அதிமுக அனுதாபிகளை நோக்கிக் கேட்பதற்கு கேள்விகளே இல்லை. அவர்களையே நாணச் செய்யும் அளவுக்கு கேள்வி கேட்கும் திறன் எனக்கில்லை என்பதே அதன் பொருள்!

– பிப்ரவரி 22, 2018

*

15
மூன்றாம் சூரியன்

உதயநிதியின் அரசியல் பிரவேசம் திறந்து வைக்கப்பட்ட ரகசியமாக வெளியே தெரியத்தொடங்குகிறது. அல்லது திட்டமிடப்பட்ட நிகழ்ச்சி நிரலில் அடிப்படையில் அது அவ்வாறு நடக்க அனுமதிக்கப்படுகிறது. அரசியலை கூர்ந்து கவனிக்கும் யாருக்கும் இதில் ஆச்சர்யப்பட ஒன்றும் இருக்காது. அவரது சினிமா பிரவேசத்தின் போதே, "இது அவரை அரசியலுக்குக் கொண்டு வருவதன் முதல்கட்ட காய் நகர்த்தல்தான்" என்று கட்சி வட்டாரங்களில் பேசப்பட்டது.

திமுக அபிமானிகள் என்று பார்த்தால், அவர்கள் இதற்குப் பழகிவிட்டார்கள். அல்லது மிக விரைவாகப் பழகிக்கொள்வார்கள். இப்போதே கூட அவர்களுக்கு இங்கு சிக்கலாக இருப்பது, "அரசியல் தலைமைக்கு வாரிசுகள் வரலாமா..." என்பது போன்ற விழுமிய மற்றும் சித்தாந்த தயக்கங்கள் அல்ல. அவர்களால் முட்டுக் கொடுக்க முடியாத அளவுக்கு உதயநிதி அசடாக இருக்கிறார் என்பது மட்டுமே.

இரண்டு வார்த்தைகள் திராவிடம், கொஞ்சம் போராளி வேடம், சிறிய அளவிலான முற்போக்கு எத்தனம் என்று ஓரளவுக்கு உதயநிதி ஒப்பேற்றினால்கூட "டான்... டான்... பெத்தாபுரம் பெத்தன்னாவையே அண்ணன் கொன்னுட்டாரு..." என்று இந்நேரம் கண்மணிகள் அவரை அலேக்காகத் தூக்கியிருப்பார்கள். மேலும் இன்றைய பிரதான அரசியலில் இருப்பது ஓபிஎஸ், எடப்பாடி போன்ற போலிகள் என்பதால் கூடுதலாக உதயநிதியின் வரவு ஒன்றும் பொதுமக்களையும் அதிர்ச்சிக்கு உள்ளாக்கப் போவதில்லை. கட்சிக்குள்ளேயும் கூட, எல்லா மட்டங்களிலும் வாரிசுகள்தான் அரசியலை ஆக்கிரமித்திருக்கிறார்கள். இங்கு கட்சி என்பது திமுக மட்டுமல்ல. அதிமுகவிலும் இதுதான் நிலைமை. ஆக, உதயநிதியின்

அரசியல் வருகை இங்கு என்ன விதமான சலனத்தை ஏற்படுத்தப் போகிறது என்பதில் நாம் கவனம் செலுத்தலாம்.

முதலாவது, அதிமுக பிரதிநிதிகள் தொடர்ந்து கோமாளிகளாகவே பொதுவெளியில் சித்தரிக்கப்படுவதால் மக்கள் முன்னால் அவர்களது மற்றும் அவர்களது வாரிசுகளின் கொடூர முகம் அம்பலமாவதில்லை. உதாரணத்துக்கு ஓபிஎஸ்ஸின் வாரிசுகள் யார், அவர்கள் என்ன செய்கிறார்கள் என்று தேடிப்பார்த்தால் உங்களுக்கு உண்மை ஓரளவு விளங்கும். ஓபிஎஸ்ஸை நாம் அடிமையாகவே பார்த்துப் பழகியிருப்பதால் அவரது ஊழல் முகம் அவ்வளவு வன்மையாக நமக்குப் பதிவதில்லை. ஆனால் திமுகவில் அதன் பிரதிநிதிகள் அறிவாளிகளாக தங்களைக் காட்டிக்கொள்வதால் - அது ஓரளவுக்கு உண்மையும் கூட -அதன் உப விளைவாக அவர்கள் கொடூரர்களாவும் வெளிப்பட நேர்ந்துவிடுகிறது.

இந்த அடிப்படை இடைவெளியைத்தான், அதாவது திமுகவுக்கும் அதிமுகவுக்கும் இருக்கும் அந்த பிரதான இடைவெளியைத்தான் உதயநிதியின் அரசியல் வருகை தகர்க்கப்போகிறது. திமுகவின் தலைமைக்கு வரும் முதல் அதிமுக ஆளாக அவர் இருப்பார். மேலும் அவரை அறிவாளியாக, அரசியலாளனாக முன்வைக்கவேண்டிய கட்டாயத்தில் இருந்து திமுக தன்னை வெளியேற்றிக்கொள்வதன் வழியாக கீழ்மட்ட அளவில் பெரிய ஆசுவாசத்தை தனது கட்சியினருக்கு வழங்கப்போகிறது. அந்த வகையில் அது அதிமுகவுக்கு மிகச் சரியான போட்டியாக களத்தில் நிற்கும். சம அளவிலான இரு சமரசவாத, ஊழல்வாதிகளின் தரப்பாக தமிழக அரசியல் தளம் சுருங்கும் நிலையை நோக்கி இது நகரும்.

இதன் அடுத்த கட்டமாக, அரசியல் நீக்கத்தின் வழி உதிரிகளை மட்டுமே பிரதிநிதித்துவப்படுத்தும் அமைப்பாக திராவிட அரசுகள் சீரழியும். தமிழகம் இதுவரை முன்னெடுத்துச் சென்ற எல்லா மாண்புகளையும் வெகு வேகமாக இழக்கும். இந்த கண்ணோட்டத்தில், இப்போது நடக்கும் எடப்பாடி அரசாங்கம் இதற்கு மிகச் சரியான உதாரணம்.

வரலாறு நெடுக, மாநிலங்களை ஒடுக்குகிற நடவடிக்கைகளில் மத்திய அரசு இறங்குகிற போதெல்லாம் அதற்கு எதிரான உறுதியான குரலை தமிழகம் வெளிப்படுத்தி வந்திருக்கிறது. மட்டுமல்லாது, மற்ற மாநிலங்களின் நட்பு சக்திகளை விரைந்து ஒருங்கிணைத்து அதை அழுத்தமாகப் பிரயோகித்து மத்திய அரசை சமரசத்தை

நோக்கி நகர்த்தியிருக்கிறது. இப்போதும்கூட இந்த வலதுசாரி அரசின் மூர்க்கத்துக்கு எதிராக சில மாநிலங்கள் வெளிப்படையாக எதிர்ப்பைத் தெரிவிக்கின்றன என்றால் அதற்குப் பின்னால் திமுக உருவாக்கி நிலைநிறுத்திய விழுமியங்களுக்கும் மாநில சுயாட்சி குறித்து அது சாத்தியப்படுத்திய கருத்துருவாக்கத்திற்கும் பங்கிருக்கிறது. கலைஞரின் பங்களிப்பு ஓர் உதாரணமாக அரசியல் வரலாற்றில் நிலைக்குமெனில் அது இதற்காகவே இருக்கும்.

ஆனால் இன்று என்ன நிலைமை? எல்லாவற்றையும் கொண்டு போய், மத்திய அரசின் காலடியில் வைக்கும் ஒரு லும்பன் அரசு நம்மை ஆள்கிறது. எந்த மாநிலங்கள் நமது முன்னெடுப்புகளை பிரமிப்புடன் பார்த்தனவோ, சிக்கலான நேரங்களில் நம்முடன் பெருமையாகக் கைகோர்த்தனவோ அவை நம்மை கேலி செய்கின்றன.

"தமிழ் நாட்டில் நடத்துவதைப் போன்ற ஓர் அரசியலை பிஜேபி ஆந்திராவில் நடத்த முடியாது" என்று மத்திய அரசிடம் சொல்வதன் மூலம் சந்திரபாபு நாயுடு தமிழக அரசை நோக்கிக் காறி உமிழ்கிறார். அது குறித்த எந்த வெட்கமும் இல்லாமல் மீதி இருக்கும் சொச்ச காலத்தில் எவ்வளவு சம்பாதிக்க முடியும் என்று தலையைக் குனிந்தபடி நடக்கிறார்கள் இங்கிருக்கும் அரசியல் பொறுக்கிகள்.

விஹெச்பியின் ஊர்வலத்துக்கு ஊரடங்கு உத்தரவு போட்டு சிவப்புக் கம்பளம் விரிக்கிறார் எடப்பாடி. ட்விட்டரில் கண்டனம் தெரிவித்துவிட்டு ஓர் அடையாளப் போராட்டத்தை நடத்திவிட்டு அமைதியாகிறார் ஸ்டாலின்.

இப்படி ஒரு சீரழிந்த அரசியல் நிலைமைக்கு நாம் எங்ஙனம் வந்தடைந்தோம்? அங்குதான் எம்ஜியாரின் அரசியல் இருக்கிறது. ஜெயலலிதாவின் அரசியல் இருக்கிறது. இவர்கள் இருவரின் "அரசியலில் இருந்து அரசியலை நீக்குகிற அரசியலின் பெறுமதி" இருக்கிறது. அதற்கு நிகராக கருணாநிதியின் வாரிசு அரசியல் இருக்கிறது. அந்த வாரிசு அரசியல் தனது இறுதி இலக்காக அரசியலில் இருந்து அரசியலை நீக்கும் பண்பாகத் திரிந்து சமரசத்தையும் ஆட்சியில் நிலைப்பதையும் மட்டுமே இறுதி இலக்காகக் கொள்ளும் உதிரிகளின் அமைப்பாக மாற்றமடைகிறது. உதயநிதியின் அரசியல் வருகை அறிவிப்பது இந்த அபத்தத்தின் உச்சத்தைத்தான்.

விலகி நடக்கும் சொற்கள்

சமகால இந்திய அரசியல், வலதுசாரி அடிப்படையிலான திரட்சியை நோக்கி நகர்கிறபோது அதை எதிர்கொள்கிற, சமத்துவத்தையும் சமூக நீதியையும் அடுத்த கட்டத்தை நோக்கி நகர்த்துகிற தன்னெழுச்சியாக உருவாகி வருகிற அரசியல் தலைமைதான் இங்குத் தேவையே தவிர, எப்போதும் நிழலில் இளைப்பாறுகிற குரோட்டன்ஸ் தலைமைகள் அல்ல. சிறிய அழுத்தத்துக்கே பணிந்துவிடும் அரசியல் தலைமைகளாக அத்தகையவை மாறும் என்பதைத்தான் நாம் இப்போது பார்த்துக்கொண்டிருக்கிறோம்.

கருணாநிதி இல்லாத அரசியல் வெற்றிடம் அப்பட்டமாகத் தெரிகிறது. இதை நான் ஸ்டாலினின் தோல்வியாக உருவகிக்கவில்லை. இது அவரது தோல்வியே அல்ல. ஏனெனில் "உருவாக்கப்பட்ட அரசியல்வாதிகளின்" எல்லை என்பது ஒரு குறிப்பிட்ட அளவோடு முடிந்துவிடக்கூடியது. இப்போது நிகழ்வது அதுதான். ஸ்டாலின் வெளிப்படுத்திக்கொண்டிருப்பது தனது திறன்களின் போதாமையை. அவரால் அவ்வளவுதான் முடியும். இந்த வெளிச்சத்தில் வைத்து உதயநிதியைக் காண்கையில் கண்ணீர் வருகிறது.

அப்படியெனில் திமுகவுக்கு வேறு என்ன மாற்றுவழி இருக்கிறது என்று கேட்கலாம். இருக்கிறது. அது ஸ்டாலின் தன்னை ஆட்சியதிகாரத்தில் இருந்து வெளியே வைத்துக்கொள்ள முன்வருவதுதான். மேலும் திராவிடக் கருத்தியலை, அது உருவாக்கிய விழுமியங்களை, அது செயல்படுத்திக் காட்டிய சமூக நீதிக் கோட்பாடுகளை அதன் அடுத்த கட்டத்திற்கு நகர்த்த வேண்டுமெனில், அதன் அவசியம் முன்னெப்போதையும்விட இப்போது அதிகமாக இருக்கும் சூழலில், இதைச் செய்வதைத் தவிர வேறு வழியே இல்லை. இதன் பொருள் அவர் அரசியலில் இருந்து வெளியேற வேண்டும் என்பதல்ல. திமுகவை வழி நடத்தும் திறனுள்ள தலைமையை கட்சியின் உள்ளேயிருந்து விரைவாகக் கண்டெடுப்பதே இன்றைய தேவை. அவர்களை வழி நடத்துபவராக ஸ்டாலின் தனது அரசியலைத் தகவமைத்துக்கொள்ள வேண்டும்.

இது ஏன் அவசியம் என்றால், கருணாநிதி போன்றதொரு தீவிர செயல்திறனுள்ள அரசியல்வாதி தனது மகனை வாரிசாக நிலைநிறுத்த எடுத்துக்கொண்ட காலம் கிட்டத்தட்ட கால் நூற்றாண்டு. கருணாநிதிகள் வரலாற்றில் அபூர்வமாகத்தான் உருவாவார்கள். அவரால்கூட ஒரு திறன்மிகு வாரிசை உருவாக்கமுடியாதபோது ஸ்டாலினால் எங்ஙனம் அது இயலும். இது திமுகவின் கவலை

மாத்திரம் அல்ல. தமிழகத்தின் கவலை. அதுவே அந்த இயக்கத்தின் பெருமை. இவ்வாறு செய்வதன் வழியாக கருணாநிதி செய்த பெரும்பிழையைச் சீரமைக்கும் செயலைச் செய்தவராகக்கூட ஸ்டாலின் வரலாற்றில் அறியப்படும் சாத்தியங்கள் உருவாகும்.

இறுதியாக, அத்தகைய திறனுள்ள மாற்றுத் தலைவர்கள் திமுகவில் யார் இருக்கிறார்கள் என்று கேட்கலாம். இந்தக் கேள்வி என்னிடம் கேட்கப்பட்டால், நான் எந்தத் தயக்கமும் இல்லாமல் ஆ. ராசாவின் பெயரைச் சொல்வேன். திமுகவின் தலைமைக்கு ஒரு தலித் வருவதைவிட பெரும்பேறு என்ன இருக்கமுடியும். பெரியாரின் சிலைகளில் இருந்து அதன் தலை அப்புறப்படுத்தப்படும் ஒரு காலத்தில் அது விடுப்பது மகத்தான செய்தியாக இருக்க முடியும்.

இந்தத் திசைவழியில் சிந்திப்பதற்கு ஒரு சமூகமாக, கட்சி அபிமானிகளாக, முதலில் நாம் நமது தயக்கங்களில் இருந்து வெளியேறவேண்டும். புதிய உரையாடல்களைத் துவக்கவேண்டும். அத்தகைய உரையாடல்களில் ஸ்பெக்ட்ரம் போன்ற ஊழல்கள் ஒரு கூறாக இருக்கலாம். ஆனால், அது மட்டும்தான் உங்களது தயக்கத்துக்குக் காரணமா என்று நீங்கள் மனசாட்சியுடன் பரிசீலிக்கும்போது நான் சொல்வதை நீங்கள் ஏற்றுக்கொள்ளக்கூடும். வரலாறு என்பது பிழைகளுடன் கூடியதுதான். பிழைகள் மாத்திரமே அல்ல!

– மார்ச் 20, 2018

*

16

வைகோ, நெடுமாறன், சீமான்: புனிதர்களின் போர்

ஈழ விவகாரத்தில் சீமான் மக்களிடம் சொல்லிக்கொண்டிருக்கும் பொய்கள் அம்பலமாகத் தொடங்குகின்றன, ஆனால் நாம் கவனிக்கத் தவறும் ஒரு விஷயம் இதில் இருக்கிறது. அது சீமானின் பொய்களுக்குக் களம் அமைத்துக்கொடுத்ததில் வைகோ, நெடுமாறன் ஆகியோருக்கும் பங்கு உண்டு என்பதுதான். ஏனெனில் உணர்வுத்தளத்தில் நின்று மக்களிடம் நிறைய பொய் சொன்னவர்கள் இந்த இரண்டு பேரும். அவர்கள் இருவரும் அமைத்துக் கொடுத்த மேடையில் நின்றுகொண்டுதான் சீமான் ஈழ வியாபாரத்தை அடுத்த கட்டத்துக்கு நகர்த்தினார். ஆனால், இன்று சீமான் மட்டும்தான் பொய்யர் போலவும் இந்த இரண்டு பேரும் உத்தமர்கள் போலவும் கருத்துகள் உருவாக்கப்படுகின்றன.

வைகோவைக்கூட பொய்யர் என்பதை ஒரு பகுதி மக்கள் ஒத்துக்கொள்வார்கள். ஆனால் நெடுமாறன் பொய்யர் என்றால் துணுக்குறுவார்கள். ஏனெனில் பொய் என்பதன் வரையறை, இங்கு எல்லாரும் நினைப்பதைப் போல "உண்மைக்கு மாறான ஒன்றை உரைப்பது" என்பதாக அறியப்பட்டிருக்கிறது. அல்ல, அரசியலில் பொய்யின் பரிமாணம் என்பது வேறு. அது உண்மையைச் சொல்லாமல் இருப்பது, மக்களிடம் பரவும் பொய்யை அற்ப அரசியல் காரணங்களின் அடிப்படையில் அனுமதிப்பது, கள்ள மவுனம் சாதிப்பது என்பதாக அதன் அலகுகள் விரிவடைகின்றன.

மேலும் ஒரு பொய்யின் வழியாக ஒருவர் அடைய சாத்தியம் உள்ள பொருளியல் ஆதாயம் ஒரு கணக்கீடாகப் பார்க்கப்படுகிறது. அதுவும் தவறு. அந்த அடிப்படையில்தான் வைகோவும் நெடுமாறனும் புனிதர்களாகக் கட்டமைக்கப்படுகிறார்கள்.

நேரடியான பொய்களுக்கு உதாரணம், சீமானுக்கு பிரபாகரன் துப்பாக்கி சுட பயிற்சியளித்தது, இந்தியா ராணுவத்திடமே இல்லாத

நவீன துப்பாக்கிகளை பிரபாகரன் சீமானுக்குக் காண்பித்தது, ஆமைக்கறி உணவளித்தது போன்ற சீமானின் சில்லரைப் பொய்கள். நாம் தமிழர் தம்பிகளைத் தவிர மீதி இருக்கும் தமிழக சிறுவர்கள் அனைவரும் இதைக் கேட்கையில் சிரித்துவிட்டுக் கடந்துவிடுவார்கள். இதெல்லாம் சீக்கிரம் வெளுக்கும் என்று சீமான் சொல்லும்போதே எல்லாருக்கும் தெரியும். இப்போது வெளுக்கிறது. அதில் ஆச்சர்யப்பட ஒன்றும் இல்லை.

கொஞ்சம் ஆழமான பொய்களுக்கு உதாரணத்தைப் பார்ப்போம். ஈழ மக்கள் மீது அன்பு கொண்டிருந்த தமிழ் மக்களை உணர்வு ரீதியாகச் சுரண்டியதில் வைகோவுக்குப் பெரும் பங்கு உண்டு. கொஞ்சம் உற்று கவனித்தாலொழிய வைகோவின் பொய் தெரியாது. இன்று ஈழத்தில் விடுதலைப் புலிகள் முழுக்கவும் ஒழிக்கப்பட்டிருக்கும் சூழலில், பிரபாகரன் உள்ளிட்ட அதன் தலைமைகள் யுத்த நெறிகளுக்கு மாறாகக் குடும்பத்துடன் கொல்லப்பட்டிருக்கும் சூழலில் இன்னும் பிரபாகரன் உயிருடன் இருப்பதைப் போன்ற பிம்பத்தை ஏற்படுத்த முயலும் வைகோவின் செயலில் மறைந்திருப்பது இந்த சீமான் ரக பொய்யின் பண்பட்ட வடிவம்தான். (இப்போது போய்ப் பாருங்கள். சங்கே முழங்கு யூடியூப் வீடியோவில் அவர் பிரபாகரன் பற்றி சொன்னது மட்டும் எடிட் செய்யப்பட்டிருக்கிறது.)

நான் பிரபாகரனுடன் ஒரு மாதம் தங்கி போர்ப் பயிற்சி எடுத்தவன் என்று வைகோ அன்று சொன்னதன் நீட்சிதான் இன்று சீமான் சொல்லும் பொய்கள். அப்போது யாரும் வைகோவைப் பார்த்து சிரிக்கவில்லை. ஏனெனில் அப்போது வைகோவின் அரசியல் சமரசங்கள், வெற்று வாய் ஜாலங்கள், புரட்டு முஸ்தீபுகள் மக்கள் மத்தியில் அந்த அளவுக்கு அம்பலப்பட்டிருக்கவில்லை. ஆனால் மக்கள் நலக்கூட்டணி காலத்தில் அவர் முழுக்கவும் தன்னை வெளிப்படுத்திக்கொண்டார். அதனால்தான் “தம்பி… செயல் தலைவர் ஸ்டாலின்…” என்ற அவரது இப்போதைய கர்ஜனை வெறும் ஊளையாக மக்கள் பரப்பை எட்டுகிறது.

மிகவும் நேரடியாகச் சொல்ல வேண்டுமெனில், பிரபாகரன் இறந்ததை வைகோதான் தமிழ் மக்களுக்கு வெளிப்படையாக அறிவித்திருக்கவேண்டும். ஒரு போராளியின் மரணமாக அதை கவுரவப்படுத்தியிருக்கவேண்டும்.

வைகோவால் அதை ஏன் செய்யமுடியவில்லை, அதைத் தடுப்பது எது என்கிற கேள்விக்குள் நுழையும்போது அது நம்மை நெடுமாறனின் பொய்யில் கொண்டுபோய் நிறுத்தும். அது என்ன?

புலிகள் விவகாரத்தில் நெடுமாறனின் அரசியல் நிலைப்பாடு என்ன? புலிகள் இந்திய அரசுடன் இணக்கமாகப் போகவேண்டும். இல்லையெனில் சீனாவுடன் கைகோர்த்துக்கொண்டு இலங்கை புலிகளை அழித்துவிடும், அது இந்திய இறையாண்மைக்கும் ஆபத்தாக முடியும். மேலும் ஈழ விடுதலை என்பது புலிகள் இந்தியாவுடன் கொண்டிருக்கும் நல்லுறவின் அடிப்படையிலேயே சாத்தியம் என்பதே அவரது நிலைப்பாடாக இருந்தது. போர் உச்சத்தில் இருந்த அதன் இறுதி காலத்தில்கூட நெடுமாறன் எழுதிய தினமணி கட்டுரை இந்த சாராம்சத்தையே பேசியது.

ஆனால் எதார்த்தம் என்ன? இந்தப் போரை முன்னின்று நடத்தியதே இந்தியாதான் என்றார் ராஜபக்சே. அதை இந்தியா இதுவரை காத்திரமாக மறுக்கவில்லை. எங்கெல்லாம் போர்க்குற்றங்களுக்காக சர்வதேசப் பரப்பில் இலங்கை மீது குற்றம் சுமத்தப்பட்டதோ, தனிமைப்படுத்தப்பட்டதோ அங்கெல்லாம் அந்நாட்டை முழு மூச்சில் காப்பாற்றும் வேலையைச் செய்து அந்த உண்மையை இந்தியாவும் உறுதி செய்தது. இப்போதும் செய்கிறது.

இந்த அரசியல் உண்மையை நெடுமாறன் கும்பல் எங்ஙனம் தமிழர்களிடம் இருந்து மறைத்தது? அப்போதைய கருணாநிதியின் பதவி வெறி பிடித்த ஊழல் அரசை, "ஈழ துரோக அரசாக" மக்கள் முன் கட்டியமைத்ததன் வழியாகவே. அதனால் விளைந்த மக்கள் வெறுப்பை தனது அரசியல் வாழ்வு முழுக்கவும் ஈழத்திற்கு எதிர்நிலை எடுத்திருந்த ஜெயலலிதாவின் தேர்தல் வெற்றியாக மாற உதவி செய்தது. மேலும் மன்மோகன் சிங்கைச் சுற்றி இருக்கும் மலையாள அதிகாரிகளின் தமிழர் விரோத நடவடிக்கைகளே இத்தகைய சீரழிவுக்குக் காரணம், அவர்கள்தான் ஆளும் காங்கிரஸ் அரசை இந்த திசையில் வழிநடத்துகிறார்கள் என்று இந்த விவகாரத்தை மிகவும் எளிமைப்படுத்தி அந்த இன அழிப்பின் பின்னிருந்த சர்வதேச சக்திகளின் பங்களிப்பு மக்கள் மத்தியில் விவாதமாக மாறாமல் பார்த்துக்கொண்டது.

"மத்தியில் பிஜேபி அரசு அமைந்தால் போர் நிறுத்தம் வந்துவிடும்" என்று ஆசை காட்டுவதில் மொட்டு விட்ட இவர்களது கயமை "இலை மலர்ந்தால் ஈழல் மலரும்" என்பதாக

விரிந்து ஈழத்தில் ரத்தம் குடிப்பதில் போய் முடிந்தது. ஈழ வரலாற்றைத் திரும்பிப் பார்க்கையில்தான் இப்போது எவ்வளவு மலைப்பாக இருக்கிறது. எப்படியெல்லாம் மனம் கசிகிறது. ஆனால் இவர்கள் எந்தக் குற்றவுணர்ச்சியும் இல்லாமல் உலவுகிறார்கள். கிஞ்சித்தும் கூச்சமின்றி ம.நடராசனைக்கூட விடுதலைப் போராளியாக விதந்தோதுகிறார்கள்.

இந்த விவகாரத்தில், இறுதியாக தொழிலுக்கு வந்த சீமான் குளத்து ஆமை என்றால் வைகோவும் நெடுமாறனும் கடல் ஆமைகள் அவ்வளவே!

– ஏப்ரல் 5, 2018

*

17

திமுக: பிரித்தாளும் சமூக நீதி

திமுக மீதான "சாதிப் பாகுபாடு" குறித்த விமர்சனங்கள் ஒன்றும் தமிழக அரசியலில் புதிதல்ல. அண்ணாவின் காலத்தில் அது முதலியார் கட்சி என்று விமர்சிக்கப்பட்டது. காஞ்சிபுரம் தேர்தலில், அண்ணாவின் சாதியப் பின்னொட்டுடன் தேர்தல் பிரச்சார போஸ்டர்கள் அடிக்கப்பட்டபோது, "எங்கிருந்து புதிதாக முளைத்தது இந்த முதலியார் என்னும் வால்..." என்று பெரியார் விமர்சித்ததெல்லாம் ஆவணமாக இருக்கிறதுதான்.

திகவில் இருந்து பிரிந்து வெகுஜன தேர்தல் கட்சியாக திமுக வெளியேறிய போதே அதன் சமரசங்கள் தொடங்குகின்றன. இது திகவுக்கும் திமுகவுக்குமான வேறுபாடு மாத்திரம் அல்ல; மாறாக இதுவொரு தேர்தல் சாராத இயக்கத்துக்கும் வாக்கரசியல் கட்சிக்குமான அடிப்படை வேறுபாடு. இது இந்திய அளவில் செயல்படுகிற தலித் இயக்கங்கள் உள்ளிட்ட எல்லோருக்குமே பொருந்தும். திகவின் வழிமுறைகளை திமுக முழுவதுமாக வரித்துக்கொள்ள முடியாது. அப்போதும் சரி இப்போதும் சரி... இனி எப்போதுமேகூட.

இந்த அரசியல் புரிதலுக்கு வராதவரை அதிருப்தியடைவதை நம்மால் நிறுத்திக்கொள்ளமுடியாது. இயக்கத்துக்கும் கட்சிக்குமான அணுகல் முறைகளில் இருக்கும் சிக்கல்கள் குறித்து திருமாவளவன் பேசியிருப்பதைக் கேட்டால் இன்னும் தெளிவாகப் புரியும். அருந்ததியருக்கான உள் ஒதுக்கீடு மற்றும் சந்தையூர் விவகாரம் போன்றவற்றில் தேர்தல் சாராத தலித் இயக்கத்துக்கும் தேர்தல் சார்ந்த தலித் கட்சிக்குமான அணுகல் முறையில் வேறுபாடு இருக்கவே செய்யும்.

இவ்வாறு சொல்கிறபோது பிரதானமான கேள்வி வருகிறது. இது சமரசங்களைப் பூசி மெழுகுவதாகாதா...? சீரழிவுகளுக்கு

முட்டுக்கொடுப்பதாகாதா...? என்பதே அது. இதற்கு ஆம் அல்லது இல்லை என்கிற ஒற்றை பதில் கிடையாது என்பதே எனது அரசியல் புரிதல். ஏனெனில் சமூக இயங்கியல் அப்படியான ஒற்றைப் பரிமாணம் கொண்டதல்ல. அதிலும் குறிப்பாக சாதி என்பது பல கண்ணிகளுடன் செயல்படுகிற நுண்ணிய அலகு.

நாம் கவனம் செலுத்த வேண்டியது எதில் என்றால், தனது எல்லா சமரங்களுடனும் தேர்தல் அரசியலில் ஈடுபடுகிற ஒரு அரசியல் கட்சி தன் மீதான விமர்சங்களை எதிர்கொள்ளும் குறைந்தபட்ச நேர்மையுடன் இருக்கிறதா, அது சார்ந்த உரையாடல்களுக்கு முகம் கொடுக்கிறதா, தனது உறுப்பினர்களிடம் இருக்கும் சாதிய மேட்டிமை மனநிலையை கொஞ்சமாவது நெகிழ்த்தும் வழிமுறையை தனது அரசியல் பண்பாகக் கொண்டிருக்கிறதா, கட்சிக்குள் இருக்கும் வேறுபட்ட சாதிப் பிரதிநிதிகளுக்குள் குறைந்தபட்ச செயல்திட்டத்துடன் கூடிய இணக்கப்பாட்டை அது சாத்தியப்படுத்துகிறதா, அந்தப் பிரதிநிதிகளின் இணக்கப்பாடு அவர்கள் சார்ந்த சாதிகளுக்கு இடையேயான நல்லிணக்கத்தை வளர்க்கும் பண்பாக கீழ்மட்டத்தில் தொழிற்படுகிறதா என்கிற மதிப்பீடுகளையே.

இந்த அளவுகோலின்படி பார்த்தால் திமுக ஒப்பீட்டளவில், அதன் போதாமைகளுடன் சிறப்பாகவே செயல்படுவதைப் புரிந்துகொள்ள முடியும்.

அதன் போதாமைகள் என்ன என்று புரிந்துகொள்ள வேண்டுமெனில் கருணாநிதி கட்சித் தலைமைக்கு வந்த காலகட்டத்தில் இருந்த சாதியச் சூழல் குறித்த அடிப்படைப் புரிதல் நமக்கு இருக்கவேண்டும். தனது எல்லா சாதிய மேட்டிமைத்தனங்களுடனும், சுதந்திரத்துக்குப் போராடிய கட்சி எனும் அடையாளத்துடனும், தனது முதலாளித்துவ எச்சங்களைக் கைவிடாமல் அப்போது ஆட்சியில் இருக்கிறது காங்கிரஸ். அதன் மீதான தேர்தல் சாராத பெரியாரிய இயக்கம் தொடுத்த விமர்சனங்கள் ஏற்படுத்திய திறப்பின் வழியாக மக்களிடம் நுழைந்து ஆட்சியைப் பிடிக்கிறது திமுக.

அதிலிருந்துதான் திமுகவின் சாதனைகள் தொடங்குகின்றன. ஆனால், மிக நுணுக்கமாக நாம் கவனிக்கவேண்டிய மற்றொரு புள்ளி என்னவெனில் அரசு என்று வருகிறபோது, நாம் திமுகவின் வழிமுறையைக் காங்கிரசின் முந்தைய வழிமுறையுடன் பொருத்திப் பார்த்துதான் விமர்சிக்கவேண்டுமே தவிர திகவின் வழிமுறையோடு

அல்ல. இங்குதான் திமுகவை விமர்சிப்பவர்கள் சறுக்குகிறார்கள். அந்த சறுக்கல் இப்போதும் தொடர்கிறது. இப்போதும் திமுகவை அதிமுகவுடன் ஒப்பிட்டுப் பரிசீலிக்காததன் அபத்தம் அதனால்தான் நேர்கிறது.

சமரசங்கள் என்று வருகிறபோது, ஒப்பீட்டு அளவில் கண்டிக்கும் அலகாக நெறிப்படுத்தும் அலகாக பெரியாரியத்தை திமுகவுக்கு இருத்தமுடியுமே தவிர, திகவின் அரசியல் நோக்கங்களை அப்படியே ஆட்சியில் செயல்படுத்தும் ஒரு கட்சியாக திமுகவைப் பார்க்க முடியாது. ஏனெனில் அது அதிகாரத்துக்கு வந்ததே குறைந்தபட்ச சமரசங்களின் வழியாக என்கிறபோது அதிகாரத்துக்கு வந்தவுடன் அது தனது சமரச வழிமுறையை அப்படியே கைவிட்டு விட முடியாது. அவ்வாறு செய்யுமெனில் அது மக்களிடம் இருந்து அந்நியப்பட்டு, இல்லாது போய்விடும் சாத்தியங்களே அதிகம். அந்த வெற்றிடம் அந்த கொள்கைக்கு எதிரான கருத்தை வைத்திருக்கும் கட்சிகள் வளர உதவும் என்பது அதன் உபவிளைவாக இருக்கும். இந்த கருத்தாக்கம் இன்றைய சூழலுக்கும் பொருந்தக் கூடியதே.

முழுக்கவும் வெளியில் இருந்து எப்போதும் அதிகாரத்துக்கு எதிராகப் போராடுவதைவிட அதில் பங்கு பெறுவதன் மூலம் அடுத்த கட்டத்துக்கு நகர்வது என்னும் அண்ணாவின் வழிமுறை திராவிட இயக்கத்துக்கு எல்லா வகையிலும் நேர்மறையாகவே பங்களித்தது. அதுவே அண்ணாவின் சாதனை. ஆகவே நாம் அண்ணாவை பெரியாருக்கு எதிராக நிறுத்தி அவரை மதிப்பிடுவது பிழை. இணையாக நிறுத்தி மதிப்பிடும்போதுதான் நாம் குறைகளையும் நிறைகளையும் நேர்மையாகப் பரிசீலிக்கமுடியும். ஏனெனில் முன்னவர் இயக்கவாதி. பின்னவர் அரசியல்வாதி. இருவரும் அவரவர்களின் சிறப்புகளுடனுமே போதாமையுடனுமே இருக்கமுடியும். இருக்கவும் செய்கிறார்கள்.

அந்த வகையில் கருணாநிதியின் பங்களிப்பு குறைத்து மதிப்பிட முடியாதது.

ஏனெனில் அண்ணாவுக்கு இருந்த சாதிய உயர்வு நிலை கருணாநிதிக்குக் கிடையாது. அவர் தமிழகத்தில் இருக்கும் மிகச் சிறுபான்மையான ஒடுக்கப்பட்ட ஒரு சாதியில் இருந்து வந்தவர். அந்தஸ்திலும் எண்ணிக்கை பலத்திலும் வலு குறைந்த அவரது சாதியப் பின்னணி, திமுகவை அவர் நகர்த்திய விதத்தில் அண்ணாவின் வழிமுறையில் இருந்து முழுக்கவும் வேறாக இருந்தது.

அது சமூகத்தளத்திலும் பெரிய அளவில் பாதிப்பை ஏற்படுத்தியது என்றே நான் மதிப்பிடுகிறேன்.

குறிப்பாக, கட்சியில் தனது ஆதிக்கத்தை தக்கவைத்துக் கொள்ளும் பொருட்டு, கட்சிக்குள் இருக்கும் சாதிய உறுப்புகளுக்கு இடையில் முரண்கள் நீடிப்பதை உறுதி செய்பவராகக் கருணாநிதி இருந்தார். ஒவ்வொரு ஆதிக்க சாதியும் அதனளவில் தனது எதிரிகளை கட்சிக்குள்ளேயே கண்டடைந்து போராடிக்கொண்டிருக்கும் தன்மையை அவர் ஊக்கப்படுத்தினார்.

எண்ணிக்கை அளவில் குறைந்திருந்தாலும்கூட சமூக அந்தஸ்தில் உச்சத்தில் இருந்த சாதிகளை மிகத் திட்டமிட்ட வகையில் உடலுழைப்பு சாதிகளுக்கு எதிராக நிறுத்தியதிலும், உடலுழைப்பு சாதிகள் கட்சி அதிகாரப் படிநிலையில் மேலெழுகிற போது அதன் இயல்பில் மூளை உழைப்பு சாதிகள் அவர்களை கட்டுக்குள் வைப்பதுமான ஏற்பாடுகளை உருவாக்கி நிலை நிறுத்திய வகையிலும் அவரது கட்சி அரசியல் என்பது இந்திய அளவில் முன்னுதாரணம் இல்லாதது. அவர் அரசியல் சாணக்கியராக தன்னை நிலைநிறுத்திக் கொண்டதற்குப் பின்னால் அதன் "முழு அர்த்தத்திலான சாணக்கியத்தனம்" உண்டுதான். இந்த வழிமுறையை அவர் கூட்டணிக் கட்சிகளிடமும் பயன்படுத்தினார்.

இந்த நுண்ணரசியலின் வழியாகவே கட்சிக்குள் ஒரு சமன்பாட்டை அவர் உருவாக்கி வைத்தார். இந்த சமன்பாட்டில் உடைப்பு ஏற்படாமல் இருப்பதன் பொருட்டு அவர் தனது அரசாட்சியின் போது கைகொண்ட வெளிப்படையான சமரசங்கள், சாதியொழிப்பின் மீது அக்கறை இல்லாதவர் என தலித் இயக்கங்கள் அவரை விமர்சிக்கவும், அதேசமயத்தில் "ஒரு தாழ்ந்த சாதிக்காரனின் கீழ் சாதிப்பற்று" என உயர் மற்றும் ஆதிக்க சாதிகள் அவரைத் தூற்றவும் வழியமைத்துக்கொடுத்தது.

கட்சிக்கு உள்ளே அவர் கட்டமைத்திருந்த இந்த சாதியச் சமன்பாடுகளை என்பதுகளில் தோன்றி மேலெழுந்து வந்த "சாதி அடையாள அரசியல்" எனும் அலை பெருமளவில் பாதித்தது. குறிப்பாக வன்னியர்களின் எழுச்சி மற்றும் அவர்கள் சங்கமாகத் திரண்டது ஆகியவை. அவர் மிக வேகமாக அதைப் புரிந்துகொண்டார். கட்சியின் உள்ளே வன்னியப் பிரதிநிதித்துவத்தை மறுவரையறை செய்யத் தொடங்கினார். அதே காலகட்டத்தில், தலித் அடையாளத்துடன் புறப்பட்ட விடுதலைச் சிறுத்தைகளை

பெரும் ஆசுவாசமாக உணர்ந்தார். அவர்களை வன்னியர் சங்கத்தைக் களத்தில் எதிர்கொள்ளும் அமைப்பாக இனங்கண்டார். அவர்களை அரவணைத்தார்.

இரண்டு இயக்கங்களையும் ஒன்றை மற்றதற்கு எதிராக நிறுத்துவதன் மூலம் திமுகவை அதன் கட்டமைப்பு சிதையாமல் தக்கவைத்துக்கொள்ள முடியும் என்று அவர் நம்பினார். அதில் வெற்றியும் அடைந்தார். இந்த சாதிய முரண்கள் எதுவும் அவர் உருவாக்கியது அல்ல. இருக்கும் ஒன்றைப் பயன்படுத்துவது. manipulate செய்வது. ஆனால் கருத்தியல் தளத்தில் திகவின் விழுமியங்களுக்கு எதிரானது இது. ஆனால், இன்றைய காவிகளின் திட்டமிட்ட ஊடுருவலுடன் ஒப்பிட, ஓர் அரசியல் கட்சி தான் கைகொள்ளும் அரசியல் வழிமுறை என்று திமுக தன்னை நியாயப்படுத்திக்கொள்ளும் சாத்தியங்களையும் கொண்டது.

கொங்கு மண்டலத்தில் கவுண்டர்கள் சாதியாகத் திரண்ட போதும் கருணாநிதி இதே வழிமுறையைத்தான் கையாண்டார். இந்த சாதி சார்ந்த சமரசங்களைத்தான் தேவைப்பட்ட இடங்களில் வெட்டியும் ஒட்டியும் தமிழ் தேசியம் பயன்படுத்திக்கொண்டது. அவருக்கு எதிரான கருத்தாக அதைத் திரட்டி மக்கள் முன் வைத்தது. ஆனால் அதை மிகத் தந்திரமாக செய்தது. சாதிக்கு எதிரான விமர்சனமாக அந்த வழிமுறைகள் திரண்டுவிடாமல் அதன் தவறான விளைவுகளுக்கு மட்டும் கருணாநிதியைப் பொறுப்பாக்கியது. இப்போதும் செய்கிறது. சாதிக்கு எதிராக அதன் நல்லிணக்கத்துக்கு ஆதரவாகக் கருணாநிதி செய்தவற்றில் ஒரு பகுதியைக்கூட செய்யாத தமிழ் தேசிய இயக்கங்கள் மக்களுக்கு எதிராக கருணாநிதியையும் திமுகவையும் நிறுத்தியதில் அடைந்த வெற்றி என்பது இவ்வாறு சாதிக்கப்பட்டதுதான்.

வெளியே மிக நாகரீகமாகத் தோற்றமளித்தாலும் தமிழர்களின் சாதிய அருவறுப்பு முகத்தை வேறு யாரையும்விட மிகத் தெளிவாகப் புரிந்து வைத்திருந்தவர் கருணாநிதி. அதனால்தான் எந்தக் குற்றவுணர்ச்சியுமற்று அவர் அதை அரசியலில் கையாண்டார். ஏனெனில் அதை விமர்சிக்கும் தார்மீகம் யாருக்கும் இருந்திருக்கவில்லை என்பதே. எல்லாரும் தனித்தனிக் கணக்குகளுடன் இருந்தபோது அந்தக் கணக்குகளுக்கு இடையேயான தந்திரக் கண்ணிகளை நெய்ததன் வழியாகவே அவர் தனது அரசியலை நகர்த்தினார். அதன் வழியாக இணக்கத்தையும் சாத்தியப்படுத்தினார். அதுவே இப்போதும் திமுகவின் அரசியலாக இருக்கிறது.

இதுவே, சமூக நீதி என்று வருகிறபோது வேறு எந்த தமிழகக் கட்சியையும்விட நிறைய சாதித்தது திமுக என்பதை மறுக்க முடியாததாக வைத்திருக்கிறது. அதுவே கருணாநிதியின் சாதனை. வரலாற்றில் வெளிச்சம் என்பது இருட்டின் இன்னொரு பகுதி அல்ல. அதன் உள்ளீடாக அதிலேயே இருப்பது அது. அதனால்தான் திமுக தமிழக அரசியலின் தவிர்க்க முடியாத இன்றியமையாத தரப்பாக தன்னை நிறுவிக்கொள்கிறது. திமுகவின் சாதனைகளும் தோல்விகளும் ஒன்றுடன் ஒன்று பிணைந்தே இருக்கும். ஆம், ஒன்றில்லாமல் மற்றது இல்லை!

— ஏப்ரல் 16, 2018

*

18

முதலாளித்துவம் தேசியவாதம் மதவாதம்: ஒருங்கிணையும் நாட்டியம்

அமெரிக்க அதிபர் தேர்தலின் பிரச்சாரத்தின்போது ட்ரம்ப் முன்வைத்த "அமெரிக்க தேசியம்" குறித்த கருத்துகள் சிலருக்காவது நினைவிருக்கலாம். கிட்டத்தட்ட அதே காலத்தில் அமெரிக்காவில் "அலுமினிய உருக்காலைகளின் எதிர்காலம்" குறித்த செய்திகளை நான் படித்தேன். கட்டுமானம் மற்றும் உற்பத்தித் துறையில் நடக்கும் மாற்றங்கள் மற்றும் அதில் அரசியல் ஆற்றும் பங்கு குறித்து தெரிந்துகொள்வதில் எனக்கு ஆர்வம் உண்டு. உண்மையிலேயே அமெரிக்காவின் *"aluminium smelting industries"* குறித்த ஒருவித தொழில்நுட்பக் கட்டுரையே நான் படித்தது. ஆனால் படிக்க மிகவும் சுவராஸ்யமாக இருந்தது. ஏனெனில் அதனுடன் நமது அரசியலை பொருத்திவைத்துப் புரிந்துகொள்கையில் அதன் பரிமாணங்கள் வேறாக இருந்தன.

அமெரிக்காவில் தொடர்ந்து அத்தகைய தொழிற்சாலைகள் மூடப்படுகின்றன. நிறைய ஆட்குறைப்பு நடக்கிறது. அவ்வாறு ஆலைகளில் இருந்து வெளியேறும் ஆட்களுக்கு வேறு வேலைகள் கிடைப்பதில்லை. *Recruitment Agency* கள் அவர்களுக்கு வரும் விண்ணப்பங்களைப் பார்த்து திணறுகிறார்கள். மிகக் குறைந்த கால அவகாசத்தில் நிறைய நிறுவனங்கள் தங்களது உற்பத்தியைக் குறைக்கின்றன. ஏனெனில், அலுமினியத் தகடுகளின் விற்பனை பெரும்பகுதி *automobile* செக்டரையே நம்பி செயல்படும் ஒன்றாக இருக்கிறது. ஆனால், கார்களின் உற்பத்தியில் குறைவு எதுவும் இல்லாதபோதும் கூட அலுமினியத்தின் விலை சந்தையில் சரிகிறது. அவர்களால் நிறுவனங்களை நடத்த முடியவில்லை. இந்த சந்தை சரிவிற்குப் பின்னால் சீனா இருந்தது. இருக்கிறது. இந்த இடத்தில் ஒரு சுவராஸ்யமான இடையீடு.

பணியிழந்து வேறு வேலை தேடிக்கொண்டிருக்கும் ஒரு தொழிலாளியிடம் அந்தப் பத்திரிக்கை கேட்கிறது. உங்களுக்கு நிறைய ஓய்வு கிடைக்கும், அதை எவ்வாறு செலவழிக்கிறீர்கள்? அவர் சொல்கிறார், நான் வேலையில் இருந்த போது எனது ஓய்வு நேரத்தை மீன் பிடிப்பதில் செலவிடுவேன். என்னிடம் ஒரு சிறிய படகு இருக்கிறது. அதில் குடும்பத்தோடு சென்று பொழுது போக்குவோம். வருடத்திற்கு ஒருமுறை கிடைக்கும் நீண்ட விடுப்பில் வேறு ஏதாவது ஒரு நாட்டிற்கு சிறிய சுற்றுலா செல்வோம். ஆனால் இப்போது insecurity பிரச்சினை எங்களைக் கொல்கிறது. எனக்கு இப்போது நிறைய நேரம் இருக்கிறது. ஆனால் என்னால் ஓய்வெடுக்கவோ அமைதியாக இருக்கவோ முடியவில்லை, எதிர்காலம் குறித்த பதட்டம் எங்களைத் துரத்துகிறது என்பதாகச் செல்லும் அந்த நேர்காணலில் இறுதியாக அவர் இவ்வாறு சொல்கிறார், "இந்த வேலையிழப்புகளுக்கு எதிராக ட்ரம்ப் எதாவது செய்வார் என்று நம்புகிறோம், நம்முடைய வேலைகள் மற்ற நாட்டினரால் பறிபோவதை அவர் தடுப்பார் என்று நினைக்கிறோம்."

இங்கு நாம் இரண்டு விஷயங்களைப் பரிசீலிப்போம். ஒன்று, அலுமினிய ஆலையில் பணிபுரியும் ஓர் அமெரிக்கத் தொழிலாளியின் வாழ்க்கைத் தரம். தனது ஓய்வை அவர் செலவிடும் விதத்தில் இருந்து அவர் வாங்கும் சம்பளம், அலவன்ஸ் மற்றும் விடுமுறைகளின் தரத்தை நம்மால் புரிந்துகொள்ள முடிகிறது. இது ஒரு ஆசியத் தொழிலாளி கனவிலும் நினைக்கமுடியாத சொகுசு. இதற்காக ஒரு நிறுவனம் செலவிடும் தொகை அந்த நிறுவனத்தின் லாபத்துடன் நேரடியாகத் தொடர்புடையது. அலுமினிய உருக்காலைகள், தங்களுக்கான நிரந்தர வாடிக்கையாளர்களான கார் உற்பத்தியாளர்களைக் கொண்டிருக்கின்றன. தங்களால் லாபத்துடன், பணியாளர்களின் வாழ்க்கைத் தரத்துக்கு பங்கம் வராத அளவுக்கு, விலைகளை நிர்ணயித்து அவை வணிகம் செய்து வருகின்றன. இதுவரை அது சரியாகப் போகிறது. எப்போது வேலையிழப்பு வருகிறது?

இந்த அலுமினியம் வெட்டியெடுப்பதில் அதைத் தகடாக்கி ஏற்றுமதி செய்வதில் தனது முந்தைய உற்பத்தித் திறனில் பெரும் பாய்ச்சலை நிகழ்த்துகிறது சீனா. மிகக் குறுகிய காலத்தில் தனது உற்பத்தியை முன்னூறு சதவிகிதம் உயர்த்துகிறது. சீன அலுமினியம் சந்தையை நிறைக்கிறது. அதனால் சந்தையில் அதன் விலை தரையைத் தொடுகிறது. அமெரிக்கக் கார் தயாரிப்பு நிறுவனங்கள்

சீன அலுமினியத்தை அதிகம் வாங்கி உள்ளூர் அலுமினியத்தை வாங்கும் அளவைக் குறைத்துக்கொள்கிறார்கள்.

அமெரிக்க நிறுவனங்களின் அலுமினியம் குடோனில் தேங்குகிறது. அவை தங்களது உற்பத்தியைக் குறைக்கும் நெருக்கடிக்கு ஆளாகின்றன. உற்பத்தி இல்லாதபோது ஆட்கள் உபரியாகிறார்கள். அவர்களை வெளியேற்றுகிறது. அவ்வாறு குறிப்பிட்ட வேலைகளில் மட்டும் திறனுள்ள தொழிலாளிகளை வேலைக்கு அமர்த்திக்கொள்ளும் வேறு நிறுவனங்கள் இல்லை. வேலை இழப்புக்கு ஆளாகும் அவர்கள் மன அழுத்தத்துக்கு உள்ளாகிறார்கள். அவர்களிடம்தான் ட்ரம்ப் தனது அமெரிக்க தேசியவாதக் கருத்தை பிரசாரத்தின்போது கடைவிரிக்கிறார். இந்த இடத்தில் உங்களுக்கு மோடி நினைவுக்கு வரவேண்டும்.

இது உண்மையிலேயே தேசியவாதப் பிரச்சினையா, இனவாதமா, முதலாளித்துவ அரசியலா என்பதைப் புரிந்துகொள்ள வேண்டுமெனில், சீனா எவ்வாறு அமெரிக்காவின் அலுமினியத் தகடுகளைவிட குறைவாக விற்கமுடிகிறது என்பதைப் புரிந்துகொள்ளவேண்டும்.

எந்த பொருளுக்கும் உலகளாவிய அளவில் இவ்வளவுதான் சந்தை என்று கணக்கு இருக்கிறது. என்னதான் திணித்தாலும் இத்தனை இட்லியைத்தான் வயிறு கொள்ளும் என்று நமக்கு ஒரு கணக்கு இருப்பதைப் போல. ஆக, இந்த எல்லைக்குள் நின்றுதான் நிறுவனங்கள் போட்டியை நிகழ்த்துகின்றன. இங்கு போட்டி என்பதன் பொருள் என்ன? தனி மனிதர்களின் திறமை, கிரகிக்கும் திறன் போன்ற ஜோடனையான வார்த்தைகளின் உண்மையான பொருள் என்ன என்று பார்ப்போம்.

ஓர் அமெரிக்கத் தொழிலாளியின் பணி நேரத்துக்கான மதிப்பை ஒப்பிட, ஒரு சீனத்தொழிலாளியின் பணி நேர மதிப்பு அதில் பத்தில் ஒரு பகுதியாகக்கூட இருக்காது. மேலும் பாதுகாப்பு, சுற்றுச்சூழல், பராமரிப்பு போன்றவற்றிற்கு இருக்கும் கட்டுப்பாடுகள் அமெரிக்காவை ஒப்பிட சீனாவில் குறைவு. இதெல்லாம் குறையும்போது உற்பத்திச் செலவு குறையும். ஆக குறிப்பிட்ட காலத்திற்குள் நிறைய தகடுகளை உற்பத்தி செய்து சந்தையை நிறைத்தால் ஏற்கனவே வணிகத்தில் இருக்கும் மற்ற கம்பெனிகள் மூடுவதைத் தவிர வேறு வழியில்லை. அதைத்தான் சீனா செய்தது. நம் ஜியோ சிம்கார்ட் மற்ற நிறுவனங்களுக்குச் செய்தது போல.

அப்போதுதான் இறக்குமதிக்கு அரசுகள் கட்டுப்பாடுகள் விதிக்கின்றன. அமெரிக்காவும் அதைச் செய்கிறது. உள்ளூர் அலுமினியத் தயாரிப்பாளர்கள் கூட்டமைப்பு இறக்குமதிக்கான வரியைக் கூட்டவும், இறக்குமதிக்கு வரம்பு நிர்ணயிக்கவும் ஒபாமாவிடம் கோரிக்கை வைக்கிறார்கள். அவரால் ஒரு கட்டத்துக்கு மேல் அதைக் கட்டுப்படுத்த முடியாது என்பதுதான் எதார்த்தம். அதுவே நடந்தது. வேலையிழப்புகளைத் தடுக்கமுடியவில்லை. ஏனெனில் கார் தயாரிப்பு நிறுவனங்களின் சொந்தக் கவலை அவர்களுக்கு. போட்டியை சமாளிக்கத் திணறும் அவர்கள் கூடுதல் விலை கொடுத்து ஏன் அமெரிக்கத் தகடுகளை வாங்கவேண்டும்? லாபம்தானே முக்கியம். அதுதானே எந்தத் தொழில் நிறுவனத்துக்கும் அடிப்படை விதி.

இப்போது அமெரிக்காவுக்கு இருக்கும் ஒரே வழி என்ன? அது, சீனாவை விட உற்பத்தி செலவு குறைந்த அலுமினியத் தகடுகளை உருவாக்கும் நாட்டைக் கண்டறிந்து அங்கு உற்பத்தியைக் கூட்டி, அலுமினிய உற்பத்திச் சந்தையில் சீனாவைக் கட்டுக்குள் வைப்பது மட்டுமே. ஏன் கட்டுக்குள் வைக்கவேண்டும்? குறைந்த விலையுடன் சந்தையை சீனா ஆக்கிரமிக்க அனுமதித்தால் போட்டியாளர்களை இல்லாமலாக்கி முழுச் சந்தையையும் அது கைப்பற்றிவிடும் வாய்ப்பு அதிகம். இங்கு சீனாவின் போட்டியாளர்கள் யார்? நிச்சயம் அமெரிக்கா அல்ல. ஏனெனில் அமெரிக்காவால் சீனாவுடன் போட்டியிட முடியாது. ஏனெனில் தொழில் சார்ந்த அதன் பாதுகாப்பு, சுற்றுச்சூழல் கட்டுப்பாடுகள் மற்றும் தொழிலாளர் நலன் செலவுகள் என அதன் உற்பத்தி செலவுகள் அதிகம். மானியம் இல்லாமல் அலுமினிய ஆலைகளை மூடாமல் காப்பாற்ற முடியாது. மானியங்கள் முதலாளித்துவத்துக்கு எதிரானவை. கூடுதல் மானியம் அளித்தால் சீனா கேள்வி கேட்கும்.

இங்குதான் இந்தியாவை அலுமினிய உற்பத்தியில் சீனாவுடனான போட்டி நாடாக அமெரிக்கா இனம்கண்டது என நான் அனுமானிக்கிறேன். மன்மோகன் சிங்கின் ஆட்சிக்காலத்தில் அதை அமெரிக்கா முயன்று பார்த்தது என்பதே என் எண்ணம். ஆம். இந்தியாவில் இருந்து விலை குறைந்த அலுமினியத் தகடுகளை உருவாக்கி, சந்தையை கட்டுக்குள் கொண்டுவருவதன் பொருட்டே அவர்கள் நியாம்கிரி மலையை முற்றுகையிட்டார்கள். நியாம்கிரியில் பொதிந்து கிடப்பது இலுமினைட், பாக்சைட் போன்ற தாதுக்களே. அதிலிருந்தே அலுமினியம் பிரித்தெடுக்கப்படுகிறது. வேதாந்தா இறக்கிவிடப்பட்டது. ஆனால் மாவோயிஸ்டுகள் மறித்து

நின்றார்கள். இது அலுமினியத்தோடு மட்டும் நிற்கிறது என்று சொல்லவில்லை. திட்டத்தில் அது ஒரு முக்கியமான அலகு என்று சொல்கிறேன்.

மாவோயிஸ்டுகளை ஒடுக்க ராணுவத்தைப் பயன்படுத்துவது என்கிற முடிவை நோக்கி அப்போது சிதம்பரம் நகர்கிறார்.மாண்டேக் சிங் - மன்மோகன் சிங் - சிதம்பரம் கூட்டணி அதில் தீவிரமாக இருந்தார்கள். ஆனால் ராணுவம் அந்த முடிவை எதிர்த்தது என்ற செய்திகள் அப்போது பத்திரிக்கைகளில் கசிந்தன. ஒன்றுடன் ஒன்றைத் தொடர்புபடுத்திப் பார்க்கையில் நம்மால் சுவாரஸ்யமான முடிவுகளுக்கு வந்தடைய முடிகிறது. அதில் குறிப்பிடத்தகுந்த ஒன்று, இதை சீனா எவ்வாறு எதிர்கொண்டிருக்கும் என்பதுதான். சந்தேகமே இல்லாமல் மாவோயிஸ்டுகளை ஊக்குவிப்பதன் வழியாகவே, அவர்களுக்கு ஆயுதம் வழங்கி அவர்களை செறிவூட்டுவதன் வழியாகவே அதை சாதிக்க முயன்றிருக்கும். சீனா அவ்வாறு செய்தது என்றும் நான் நம்புகிறேன்.

இதற்கெல்லாம் எந்த ஆதாரமும் என்னிடம் இல்லை. நானொன்றும் ஆய்வாளனும் அல்ல. ஆனால், எந்த அரசியல் நகர்வுக்குப் பின்னாலும் தீவிர பொருளாதார நோக்கங்கள் இருக்கின்றன என்று அழுத்தமாக நம்பும் ஒருவனாக நான் இப்படி ஓர் அனுமானத்துக்கே வந்தடைகிறேன். புதிய பொருளாதாரக் கொள்கைகள் அமல்படுத்தப்பட்டதிலிருந்து நமது அரசியல் எத்தனை தூரம் மாறியிருக்கிறது என்பதைப் புரிந்துகொண்டால் இதில் ஆச்சர்யம் தோன்றாது. நான் இது குறித்து தேடித் தேடிப் படித்த ஒவ்வொன்றும் இப்படி ஒரு முழுமையை நோக்கியே என்னை உந்துகின்றன.

மேலும் யோசிக்கையில் தொழில்நுட்பம், போட்டி என்பதன் அர்த்தப்பூர்வமான இருப்பு என்பது அதனால் ஒரு நிறுவனத்துக்கு உண்டாகும் லாபத்தில் இருக்கிறது என்பதைப் புரிந்துகொள்ளமுடிகிறது. ஓர் அமெரிக்க சுரங்கத் தொழிலாளியும் ஒரு சீனத் தொழிலாளியும் ஒன்றல்ல. அவர்கள் ஒரே திறன் கொண்டவர்களாக இருக்க முடியும். ஆனால், நலன்கள் என்று வருகிறபோது, தனது குடிமக்களின் நலன்களை விட்டுக்கொடுத்து மட்டுமே சீனா, இந்தியா போன்ற நாடுகள் சந்தையில் நிற்க முடியும். இதுதான் எதார்த்தம். அதில் எந்த அளவுக்கு முதலாளித்துவ அறத்தை அவை மதிக்கின்றன என்பதே அளவீடு.

இங்குதான் முதலாளித்துவத்துக்கு தேசியவாதம் எங்ஙனம் பயன்படுகிறது என்பது இருக்கிறது. அதன் அடுத்த கட்டமாக தேசியவாத செறிவூட்டலுக்கு மதவாதம் எங்ஙனம் பயன்படுத்தப்படுகிறது என்பதும் இருக்கிறது. ட்ரம்ப்பின் "அமெரிக்கா அமெரிக்கர்களுக்கே" கோஷம் முதல் அவரது இஸ்லாமிய வெறுப்பின் அடிப்படைக்கு உயிரூட்டுவது லாபம் குறித்த அவர்களது கவலைகளே. அங்கு வேலையிழந்த ஒரு ஆலைத்தொழிலாளியின் பாத்திரம் அப்படியே அலுமினியத் தாதுக்காக நமது காடுகளை விட்டுத் துரத்தப்படும் இந்தியப் பழங்குடியின் பாத்திரமேதான். எந்த தேசியவாதப் பெருமிதங்களுக்கு உள்ளேயும் பொதிந்திருப்பது முதலாளித்துவ நலன்களே. அதனால்தான் தேசபக்தி குறித்த சொல்லாடல்களை அரசுகள் உச்சரிக்கும்போது நாம் கவனமாக இருக்கவேண்டும்.

உதாரணத்துக்கு, மாவோயிஸ்டுகளை ஒடுக்க இராணுவத்தை இந்தியா பயன்படுத்தியது என்றால், குடிமக்களாகிய நமக்கு என்ன காரணத்தை அது சொல்லும்? இந்திய ஒருமைப்பாட்டைக் காக்கவே இந்த நடவடிக்கை என்று வாதிடும். அதில் உண்மை இல்லையா? இருக்கிறது. அதாவது பாதி உண்மை. மாவோயிஸ்டுகளுக்கு சீனா ஆயுதம் வழங்குவதும் ஆதரிப்பதும் நடக்கிற வரையில் இந்தப் பாதி உண்மைக்கு உயிர் இருக்கும். ஆனால் முக்கியமான கேள்வி என்னவென்றால், இந்த இந்திய தேசியத்திற்குள், காட்டை நம்பி வாழும் பழங்குடிகளின் இடம் என்ன என்பதுதான். இந்தக் கேள்வியைத்தான் தேசபக்தி சொல்லாடல்களின் மூலம் ஏகாதிபத்தியங்கள் மறைத்துக்கொள்ள முயல்கின்றன. கூடங்குளத்தில் நாம் பார்த்ததும் அதைத்தானே.

இந்தியாவும் சீனாவும் எதிரெதிராக நிற்பதற்குப் பின்னால் இந்திய சீன தேசிய நலன்கள் மாத்திரம் அல்ல. அவற்றுடன் உலகளாவிய பொருளாதார முன்னெடுப்புகள் பிணைந்திருக்கின்றன. இந்த பின்னல்கள் காடுகள் மலைகள் என்பதைக் கடந்து நமது வீட்டையும் எட்டுகின்றன என்பதே இப்போது நாம் புரிந்துகொள்ள வேண்டியது.

நீங்கள் ஸ்டெர்லைட் ஆலையை எதிர்த்துப் போராடுகிறீர்கள் என்றால், வெறும் ஆலையை அல்லது வேதாந்தா குழுமத்தை மட்டும் எதிர்த்துப் போராடுகிறீர்கள் என்று அர்த்தமல்ல. ஒரு கருத்தாக்கத்தை, அதை உங்கள் மீது திணிக்கும் வல்லாதிக்கத்தை எதிர்த்துப் போராடுகின்றீர்கள் என்றே அதற்குப் பொருள். அதில் வெற்றியடைவது அவ்வளவு எளிதல்ல என்று உணர்வதுதான் அரசியல் பயிற்சி.

அங்குதான் சித்தாந்தத்தை முன்னெடுக்கும் இயக்கங்களின் சமூகத் தேவை இருக்கிறது. அதில் கவனம் குவியாமல் வெகுமக்களை வைத்துக்கொள்ளும் வேலையையே மீடியாக்கள் செய்கின்றன. முதலாளித்துவ அமைப்பு முறையின் ஓர் அங்கமாக, லாபமீட்டுவதை அறமாக வரித்துக் கொண்டிருக்கும் ஊடகங்கள், மக்களுக்காகக் குரல் கொடுக்கும் தங்களது உறுப்பினர்களை வெளிப்படையாகக் கைவிட்டு அவர்களைத் தூற்றுபவர்களுடன் கைகோர்ப்பது அதனால்தான்.

நீ மாட்டுக்கறி வைத்திருக்கிறாய் என்று அத்தலக்கின் வீட்டின் முன் ஆயுதங்களுடன் நிற்கும் கலாசார ஹிந்துவை ஊக்குவிக்கும் வலதுசாரி தேசியம் ஸ்டெர்லைட்டை எதிர்க்கும் ஹிந்துவை ஏன் அதே கருணையோடு பார்ப்பதில்லை என்பது மிக எளிதான கேள்விதான். பதில்களைக் கண்டடைய நாம் நிறைய உழைக்கவேண்டும். இல்லையெனில் பதில் நம்மை வந்தடையும் வரைக் காத்திருக்கவேண்டும். இரண்டுக்குமே விலையுண்டு. பின்னது மிகுந்த செலவுடையது!

— ஏப்ரல் 24, 2018

*

19

பெண்களைப் பாதுகாக்கிறதா குடும்ப அமைப்பு?

> குடும்பம் என்ற அமைப்பில் எவ்வளவோ பலவீனம் இருந்தாலும், அதுதான் நம்மைப்போன்ற நாடுகளில் பெண்களுக்கு மிச்சமுள்ள பாதுகாப்பு அமைப்பு. குடும்பம் எனும் அமைப்பு நொறுங்கும்போது அதில் மோசமாகப் பாதிக்கப்படுவது பெண்கள்தான்.
>
> - எழுத்தாளர் இமையம், ஒரு நேர்காணலில்...!

இதில் உண்மை இருக்கிறது என்பதை நான் ஒத்துக்கொள்கிறேன். எவ்வளவு பலவீனமானதாக இருந்தாலும் வன்முறையானதாக இருந்தாலும் "நமது சமூகத்தில்" குடும்பங்களே பெண்களுக்கான குறைந்தபட்ச பாதுகாப்பை உறுதி செய்யும் தன்மை கொண்டதாக இருக்கின்றன. வன்முறை என்று பார்க்கிறபோது, தனித்து வாழும் பெண் எதிர்கொள்கிற வன்முறை, குடும்ப அமைப்பிற்குள் வாழும் பெண்ணின் வன்முறைக்கு நிகரானதாகவோ அல்லது அதிகமானதாகவோதான் இருக்கிறதே ஒழிய குறைவானதாக இல்லை. இங்கு மட்டும் என்றில்லை, முன்னேறிய நாடுகளிலும்கூட இதுதான் நிலைமை.

தனிமனித சுதந்திரத்தின் பொருட்டு, வீட்டை விட்டு வெளியேறும் பெண்களை, உற்றுக் கவனிக்கும் மற்ற பெண்கள், அத்தகைய முடிவைத் தாங்கள் எடுக்காமல் இருப்பார்கள் என்பதே எனது அவதானம். நம் சூழலில் பல பெண்ணியலாளர்கள் இந்த எதார்த்தத்தைப் புரிந்த புத்திசாலிகள்.

தனித்து வாழ முயலும் பெண்கள் எதிர்கொள்ளும் சிக்கலில் பிரதானமானது பொருளியல் தேவை. குறுகிய காலத்திற்குள் சோர்வை நோக்கித் தள்ளும் சூழலே இங்கிருக்கிறது. இரண்டாவது எந்த தனிமனிதர்களுக்கும் தேவைப்படுகிற "அரவணைப்பு". இதனுள் காதல், காமம் எல்லாம் அடங்கியிருக்கிறது. அதைக்கடந்த புரிதலும் அதனுள்ளேதான் இருக்கிறது. இந்த அரவணைப்பு எனும் கருத்து

"security" என்பதோடு ஆழமாகப் பிணைந்தது. புறப் பாதுகாப்பு அல்ல நான் சொல்வது. ஒட்டு மொத்த வாழ்வு குறித்த அச்சமின்மையையே சொல்கிறேன்.

குடும்ப அமைப்பிற்குள் இருக்கும் ஒரு பெண் இத்தகைய அரவணைப்பைப் பெறுவதை அந்த நிறுவனம் ஓரளவுக்கு உறுதி செய்கிறது. கண்காணிக்கிறது. அதில் முழு அளவிலான காதல் இல்லாமல் இருக்கலாம். ஆனால் அதில் ஒருவித நிச்சயம் உண்டு. இந்த விவகாரங்களில் தேர்ச்சியுள்ள ஒரு பெண், தனது இணையை "manipulate" செய்வதன் வழியாக, தான் பெறும் குழந்தைகளைக் கட்டுப்படுத்துவதன் வழியாக, வீட்டை விட்டு வெளியேறாமலேயே தேவைப்படும் சுதந்திரத்தை எட்டுகிறாள். அதன் உபவிளைவாக அவளால் ஒருவித அதிகாரத்தையும் நிறுவமுடிகிறது. இதுதான் ஆண் X பெண் எனும் எதிர்நிலை தகர்ந்து போகிற இடம். இந்த அதிகாரத்தின் வழியாக அத்தகைய மன உறவுகளிலிருந்து வெளியேற வேண்டிய கட்டாயத்தையும் அவள் இல்லாமலாக்குகிறாள். ஆக ஒரு கட்டத்தில் அவளே சுரண்டுபவளாகவும் பரிணாமம் அடைகிறாள்.

குடும்பம் என்கிற அமைப்பின் ஆதாரப் பிரச்சினையே அதுதான். அங்கு சமத்துவத்துக்கு வாய்ப்பில்லை. யாரால் தந்திரமாக இருக்க முடிகிறதோ, யாரால் தனது இணையை நுணுக்கமாக manipulate செய்யமுடிகிறதோ அவர்களது கை உயர்கிறது. யாராவது ஒருவர் விட்டுத்தர வேண்டியிருக்கிறது. பூசல்கள் முளைக்கும் இடமும் அதுதான். எல்லாவற்றையும் உணர்வுப் பூர்வமாக அணுகுபவர்கள் இதில் தோற்பார்கள். குடும்பம் என்பது "சராசரித்தனத்தை" நிபந்தனையாக வைக்கும் அமைப்பு. அதுகுறித்த புரிதல் இருப்பவர்கள் தங்களது சுயத்துக்கு பங்கம் வராமல், தேவைப்படும் இடங்களில் விட்டுக்கொடுத்து அதை நகர்த்துகிறார்கள். அதனுடன் பொருந்த முடியாதவர்கள் ஒன்று வெளியேறுகிறார்கள் அல்லது தங்களது அடிமைத்தனத்தை ஒத்துக்கொள்கிறார்கள். இதில் ஆண்கள் பெண்கள் என இரண்டு தரப்புமே உண்டு.

உணர்வின் அடிப்படையில் வீட்டை விட்டு வெளியேறுகிற பெண்கள், ஒருவித அழுத்தத்துக்கு ஆளாகிறார்கள். அதன் தொடக்க காலத்தில் அது தரும் எல்லையற்ற சுதந்திரம் களிப்பை நோக்கி உந்துகிறது. ஆனால் அதன் உபவிளைவாக வரும் "நிச்சயமின்மை" ஒரு பூதத்தைப் போல் அவர்களை அச்சுறுத்திக்கொண்டே இருக்கிறது. ஒரு கட்டத்துக்கு மேல் அவர்கள் அரவணைப்புக்காக ஏங்கத் தொடங்குகிறார்கள். குடும்பம் எனும் அமைப்பின் வன்முறையற்ற, அதே நேரம் குடும்பம் எனும் அமைப்பு தரும் கதகதப்பை பெற

விழைகிறார்கள். அது அத்தனை எளிதானது அல்ல என்பதே எதார்த்தம். ஏனெனில் வன்முறையும் அரவணைப்பும் சேர்ந்தே குடும்பம் எனும் அமைப்பாக உருக்கொள்கிறது. ஒன்றில்லாமல் மற்றது இல்லை. குடும்பம் என்கிற அமைப்பிற்குள் இல்லாமல் அதன் சாதகங்களை அனுபவிக்க முடியாது என்பதே அதன் அபத்தம்.

குடும்ப அமைப்பிற்குள்ளேயே இருந்துகொண்டு சுரண்டுபவர்களாக மாறும் ஒரு பகுதி பெண்களைப்போல, வீட்டை விட்டு வெளியேறும் பெண்களின் ஒரு பகுதி உதிரிகளாக மாறுகிறார்கள். குடும்ப அமைப்பிற்குள் அவர்கள் இருத்தி வைக்கப்பட்டிருந்த போது, அதுவே அவர்களது சமூக அமைப்பாகவும் இருந்தது. அதனால் குடும்பத்தை விட்டு வெளியேறும் அத்தகைய பெண் தான் சமூகத்தை விட்டும் வெளியேறி விட்டதாக நினைக்கிறாள். அதனால்தான் தமது தான்தோன்றித்தனத்தை இந்த சமூகத்தின் முன்னால் கலகமாக முன்வைக்கிறாள். அதன் வழியாக ஒன்று தனது பதட்டங்களை மறைத்துக் கொள்ள முயல்கிறாள், அல்லது தனது முந்தையை இணையைப் பழி வாங்குவதாக திருப்தி அடைகிறாள். சமூக ஊடகங்களில் நாம் கேட்கும் பெரும்பான்மை கலக ஊளைகளுக்குப் பின்னால் இருப்பது இந்த அற்பத்தனமே.

இத்தகைய இடத்துக்கு நகரும் ஒருத்திக்கு தனது முந்தைய இணையைப் பழி வாங்குவதும் சமூகத்தைப் பழி வாங்குவதும் வேறு வேறல்ல. இரண்டும் ஒன்றுதான். ஆனால் இது அவளுக்குள் ஆழமான பிளவை ஊக்குவிக்கிறது. அதிலிருந்து வெளியேற வேண்டும் என்று அவள் தீவிரமாக யோசிக்கிற போது, "நமக்கு இப்போது தேவை நம்மைப் புரிந்துகொள்கிற, அல்லது நமக்கு அடங்கிப்போகிற ஓர் ஆண்தான்" என்கிற முடிவை நோக்கி அவளை நகர்த்துகிறது. அதன் பொருட்டு அவள் எல்லாவற்றையும் பணயம் வைக்க முனைகிறாள். அவள் வெளிப்படுத்தும் மூர்க்கத்தில் ஒரு ஆண் என்பவனின் தேவை பிரதானமானதாக இருக்கிறது. அந்த ஆணுக்கான நிபந்தனை அவன் பாதுகாப்புணர்வைத் தருபவனாக இருக்கவேண்டும் என்பதே. அன்பெல்லாம் இரண்டாம்பட்சம்தான். இப்படித்தான் ஒரு வட்டம் நிறைவடைகிறது. தொடங்கிய இடத்திலேயே வந்து நிற்கிறது.

இப்போது இமையம் சொல்லியிருப்பதை மீண்டும் படித்துப் பாருங்கள். அவர் செல்போன் குறித்து சொல்லியிருப்பது பற்றிப் பிறகு பேசலாம்!

– ஜூலை 3, 2018

*

20

குற்றமும் தண்டனையும்

சமீபத்தில் ஆறு வயதுக் குழந்தையை பாலியல் ரீதியாகத் துன்புறுத்தி கொலை செய்த வழக்கில் பிணையில் வெளிவந்த இருபத்தி நான்கு வயது இளைஞன் ஒருவன், தனது தாயைக் கொன்று விட்டு தப்பியோட, காவல்துறை அவனைக் கைது செய்து மீண்டும் சிறையில் அடைத்தது. அந்த வழக்கின் விசாரணை முடிந்து இப்போது அவனுக்கு மரணதண்டனை என தீர்ப்பளிக்கப்பட்டிருக்கிறது.

இந்த விவகாரத்தையொட்டி நமது சமூகத்தில் நிலவுகிற குற்றம் மற்றும் தண்டனைகள் மீதான நமது சாய்வுகள் மற்றும் முரண்கள் குறித்து ஆராய்வோம்.

இந்த குறிப்பிட்ட வழக்கில், அவனுக்கு வழங்கப்பட்டுள்ள மரணதண்டனை குறித்து யாருக்கும் எந்த மாற்றுக்கருத்தும் இல்லை. வழக்கம் போல, மிகவும் குறைந்த அளவிலான "மரணதண்டனை எதிர்ப்பாளர்களின்" முணுமுணுப்புகள் கூட பொது சமூகத்தின் ஆத்திரத்திற்கு முன்னால் அமுங்கிப் போகிறது. மேலும் இத்தகைய கொடூரமான குற்றமானது மரண தண்டனைக்கு ஆதரவான கருத்துடையவர்களை எல்லா வகையிலும் சமாதானப்படுத்திவிடுகிறது. அவர்களது ஆத்திரத்துக்கு நியாயம் வழங்கிவிடுகிறது. மட்டுமல்லாது "நாகரீக சமூகத்தில் மரணதண்டனைக்கு இடமில்லை" என்று சொல்லும் தண்டனை எதிர்ப்பாளர்களின் வாதத்திலும் உடைப்பை ஏற்படுத்திவிடுகிறது.

குழந்தையை பாலியல் ரீதியாக துன்புறுத்திக் கொன்ற ஒருவன் பிணையில் வருகிறபோது தாயையும் கொல்கிறான் என்பது அரிதினும் அரிதான ஒன்றாகிறது. அதற்கு மரணதண்டனை வழங்குவதைத் தவிர வேறு என்ன வழி இருக்கிறது, இனியும் அவனை உயிருடன் விட்டுவைப்பது மேலும் சில கொலைகளுக்கு வழி

ஜி. கார்ல் மார்க்ஸ்

வகுக்குமெனில் அதை எங்ஙனம் எதிர்கொள்வது போன்ற கேள்விகள் மேலெழுகின்றன. இந்த ஆவேச மனநிலை, மரணதண்டனை என்பதைத்தாண்டி, "அவனது குற்றத்தின் தன்மையை ஒத்த வாதையைத் தரும் சித்திரவதையுடன் கூடிய தண்டனை அவனுக்கு அளிக்கப்படவேண்டும், மரணதண்டனை என்பது அவனை அவனது துயரங்களில் இருந்து எளிதாக விடுவித்துவிடுகிறது" போன்ற விவாதங்கள் உருவாக வழிவகுக்கின்றன.

இந்த விவகாரம் என்றல்லாது, பொதுவாகவே மரணதண்டனைகள் குறித்து அறிவிப்புலத்தில் இயங்குகிற அ.மார்க்ஸ் மற்றும் இலக்கியத் தளத்தில் இயங்குகிற சாருநிவேதிதா ஆகிய இருவரின் எதிரெதிர் கூற்றுகளில் இருந்து இந்த விவாதத்தின் கண்ணிகளைப் புரிந்துகொள்ள முயல்வோம்.

மரணதண்டனை கூடாது என்பது அடிப்படையான அறம் சார்ந்த, மனித விழுமியங்கள் மீதான நிலைப்பாடு, அங்ஙனம் வந்துவிட்ட பிறகு நிகழ்ந்தது சிறிய குற்றமா, பெரிய குற்றமா அல்லது பாதிக்கப்பட்டவர்கள் எளியவர்களா வலியவர்களா என்பன போன்ற கேள்விகள் எழுவதற்கு வாய்ப்பே இல்லை. குற்றங்களின் தன்மையைப் பொருத்து மரணதண்டனைக்கு ஆதரவாகவும் எதிராகவும் கருத்துகளை உருவாக்கிக்கொள்வது மிகவும் போலித்தனமானது என்கிறார் அ.மார்க்ஸ்.

ஆனால் சாருநிவேதிதாவோ, மரணதண்டனை கூடாது என்பது ஒருவித உயர்ந்த நிலை (ideal stage). அந்த வழியில் நகர்வது குறித்து நாம் சிந்திக்கவும் செயலாற்றவும் முடியுமே தவிர, இந்தியா போன்றதொரு நாட்டில் உடனடியாக மரணதண்டனை கூடாது என்பது சற்றும் பொருத்தமற்றது என்கிறார். ஒரு வன்கொலை நிகழ்கிறபோது குற்றவாளிகளை நீங்கள் குறிப்பிடும் பண்புகளுடன் பார்க்கிற சொகுசு (luxury) நம்மிடம் கிடையாது என்பது சாருவின் வாதம். அதுவும் உண்மைதான்.

இந்தியா போன்ற ஒரு சமூகத்தில் அதிகாரம், கண்காணிப்பு, தண்டனைகள் போன்றவை உறுதிமிக்கதாக இல்லை என்றால் அது மேலும் மேலும் பொது சமூகத்தின் நிம்மதியின்மையை நோக்கியே நகர்த்தும் என்பதும் உண்மையே.

இந்த இடத்தில் இந்தியா போன்ற நாடுகளில் என்கிற சொல்லேகூட அபத்தம். ஏனெனில் இந்த விவகாரத்தில் வளர்ந்த நாடுகளிலும் இதுதான் நிலைமை. ஒப்பீட்டளவில், குற்றம்

விலகி நடக்கும் சொற்கள்

சுமத்தப்பட்டவர்களுக்கான அடிப்படை மனித உரிமைகளை வழங்குவதில் அவர்கள் சாதித்திருக்கிறார்கள் என்றாலும்கூட தண்டனைகள் என்று வருகிறபோது அவர்களும் உயர்ந்த நிலை என்பதை நெருங்கிவிடவில்லை என்பதே எதார்த்தம். அது குறித்த விவாதங்கள் அங்கும் தீவிரமாக நடந்துகொண்டிருக்கின்றன. ஆக சாரு சொல்வதைப் போன்றதொரு உயர்ந்த நிலையை அடைவதற்கு நாம் இன்னும் எவ்வளவு தூரம் பயணிக்கவேண்டும் என்பது குறித்த வரையறைகள் எதுவும் இல்லை என்பதே எனது புரிதல்.

இது ஏன் என்பதைக் கவனிக்கும்போதுதான், இந்த குற்றங்களைக் கண்காணிக்கிற, தண்டனைகளைச் செயல்படுத்துகிற செய்கிற அதிகார அமைப்புகளின் போதாமை குறித்தும், தனது தோல்விகளை எங்ஙனம் அது கும்பல் மனப்பான்மையின் மூர்க்கத்துக்குப் பின்னால் மறைத்துக்கொள்கிறது என்பது குறித்தும் நம்மால் புரிந்துகொள்ளமுடிகிறது.

இந்த விவகாரத்தில்கூட, தனது தாயைக் கொன்றுவிட்டு தலைமறைவாகிய குற்றவாளியை மும்பையில் வைத்துக் கைது செய்கிறது காவல்துறை. திரும்ப அழைத்து வருகிற வழியில் அதே நாளில் அவன் மீண்டும் தப்ப முயன்றதாக நாளிதழ்கள் வழியாக செய்தி பரவியது. அதைக் கேட்ட மிகச் சாதாரண மக்கள்கூட, "அவனைக் காவல்துறை என்கவுண்டரில் கொல்லப்போகிறது, அதனால்தான் இந்த தப்பித்தல் நாடகம்" என்று கிசுகிசுக்கத் தொடங்கினார்கள். அதிர்ஷ்டவசமாக அவ்வாறு நடக்கவில்லை.

மேலும், இந்த வழக்கில் குற்றவாளிக்கு ஆதரவாக எந்த வழக்கறிஞரும் ஆஜராகவில்லை. தனது வாதத்தைத் தானே எடுத்துவைத்தான் என்று செய்தி வெளியிட்டிருக்கிறது ஒரு நாளிதழ். தனது இருபதுகளில் இருக்கும் கொலைக் குற்றவாளி, எல்லா வகையிலும் மரணதண்டனை பெற சாத்தியம் உள்ள குற்றங்களைச் செய்திருக்கும் ஒருவன் தனக்காகத் தானே வாதிடும் நிலைக்குத் தள்ளப்படுவது எல்லா வகையிலும் மனித நெறிகளுக்கு எதிரானது என்பதும், இந்தத் தீர்ப்பை வெளியிட்டிருப்பது மட்டுமே நீதிமன்றம், மற்றபடி இந்த தண்டனையை அவனுக்கு உறுதிசெய்தது இந்த சமூகத்தின் கூட்டு மனசாட்சி என்று சொல்லப்படும் மூர்க்கமே என்பதும் இங்கு கவலைக்குரிய அம்சங்கள்.

இன்று சாத்தியப்பட்டிருக்கிற இந்தக் கூட்டு எக்காளத்தின் முன்னால் ஒலியிழந்து போகிற மானுடத்தின் முனகல் குறித்து நாம் கவலைப்பட்டேதான் ஆகவேண்டும்.

ஏனெனில் இங்கு கொன்றவனும் அவனுக்கு தண்டனையைப் பரிந்துரைக்கும் பொது சமூகமும், அதைச் செயல்படுத்தும் நிர்வாக அமைப்பும் மிகச் சரியாக ஒரு கருத்தாக்கத்தில் ஒன்றிணைகிறார்கள். இது எங்ஙனம் சாத்தியமடைகிறது என்பது குறித்து விவாதிக்காமல் நாம் இதற்கானத் தீர்வுகளைக் கண்டடைய முடியாது.

அதோடு மட்டுமல்லாமல் இந்த உரையாடலின் வழியாக பொது சமூகத்தில் தொழிற்படுகிற அரசியல் மற்றும் கலை குறித்த பிரக்ஞைக்கு இதில் என்ன பங்கிருக்கிறது என்பது குறித்த விவாதமாகவும் இதை வளர்த்தெடுக்க வேண்டியிருக்கிறது. அதற்கு உதவும் என்ற அடிப்படையிலேயே நான் அ.மார்க்ஸ் மற்றும் சாருநிவேதிதாவின் கூற்றுகளை இதன் தொடர்புக் கண்ணியாக பயன்படுத்த விழைந்தேன்.

முதலில், இந்த மரணதண்டனைக்கு எதிராக எழுதவும் பேசவும் முற்படுகிறவர்களை நோக்கி எழுப்பப்படும் கேள்வி, "அவனால் கொல்லப்பட்ட அந்தக் குழந்தை உங்களுடையதாகவோ அல்லது அந்தப் பெண் உங்களது அம்மாவாகவோ இருந்திருந்தால் நீங்கள் அப்போதும் இப்படித்தான் மரணதண்டனைக்கு எதிராகப் பேசிக்கொண்டிருப்பீர்களா..." என்பதே.

முதல் முறை இந்தக் கேள்வியை எதிர்கொள்கிறபோது அதிர்ச்சியாகக்கூட இருக்கும். அதில் தொனிக்கும் நியாயமும் சீற்றமும் அந்த கேள்விக்கு பதிலிறுக்க முடியாமல் வாயடைக்கச் செய்யும். ஆனால் கொஞ்சம் ஆழமாகப் பார்க்கத் தலைப்பட்டால் அதில் விரவியிருக்கும் போலித்தனம் நமக்கு நகைப்பூட்டும். ஆமாம். இப்படிக் கேள்வி கேட்கிறவர்கள் மிகவும் தந்திரமாக பாதிக்கப்பட்டவருடன் தம்மைப் பிணைத்துக்கொண்டு, கேள்வியை எதிர்கொள்பவர் தப்பிச் செல்ல முடியாதபடி உணர்வுப்பூர்வமாக அதைக் கேட்கிறார்கள் என்பதைத்தாண்டி அதில் விசனப்பட ஒன்றுமே இல்லை.

இதன் பொருள் அவர்கள் தவறு செய்கிறார்கள் என்பதல்ல. அவர்களது பதட்டத்தின் பின்னிருப்பது உணர்வுச் சுரண்டலுக்கு தம்மை ஒப்புக்கொடுத்திருக்கும் அப்பாவித்தனம் அல்லாது வேறொன்றும் இல்லை என்பதே அது. இந்தக் கருத்துநிலை,

படிக்கும்போது சற்று கடுமையாகக்கூட தோன்றலாம். ஆனால், அது அப்படித்தானா என்று பார்ப்போம்.

இந்தக் கரிசனத்தை அப்படியே நமது அன்றாட வாழ்வுக்குப் பொருத்திப் பார்த்தால், நமது தெருவெங்கும் நிறைந்திருக்கும் பிச்சைக்காரர்களைக் கடந்துதான் நாம் ஓர் உணவகத்தின் உள்ளே நுழைகிறோம். வீடற்றவர்களின் குரல்களைத் தாண்டித்தான் நமது வீட்டிற்குள்ளும் நம்மால் நுழையமுடிகிறது. அது குறித்த நமது குற்றவுணர்ச்சிகள் ஏன் அப்போது மட்டும் பதுங்கிவிடுகின்றன? அல்லது அதற்கு மட்டும் நாம் எப்படிப் பழகியிருக்கிறோம்? இந்த விஷயத்தில் மட்டும் பாதிக்கப்பட்டவர்களுக்கு ஆதரவாக நமது கருணை ஏன் பெருக்கெடுத்து ஓடுகிறது?

ஏனெனில் இந்தக் கொலை நமது "பாதுகாப்பு உணர்வின் மீது" தாக்குதலைத் தொடுத்து அதில் நடுக்கத்தை உண்டு பண்ணிவிடுகிறது. இத்தகைய வன்கொலைகள் நமது சொகுசான சாய்மானங்களில் இருந்து நம்மைத் தலைகுப்புறக் கீழே தள்ளுகின்றன. அந்த பயத்திலிருந்து வெளியேற நமக்கு ஒரு பிடிமானம் தேவைப்படுகிறது. அந்தப் பிடிமானத்தை இங்கு தன்னியல்பாக உருவாகிவரும் கும்பல் மனப்பான்மையில் இருந்து நாம் பெற்றுக்கொள்ள முயல்கிறோம்.

நாம் தனியாக இல்லை என்பதை நடுங்கும் நமது தன்னிலைக்கு நாம் சொல்ல முயல்வதன் வெளிப்பாடே வேக வேகமாக கும்பலுடன் கைகோர்க்கும் எத்தனமாகக் குவிகிறது. அதைப் பிரகடனப்படுத்த முயல்கிறபோதுதான், நமது பயந்தாங்கொள்ளி மனதுகூட மரணதண்டனைக்கு ஆதரவான, அதையும் தாண்டிய கடும் சித்திரவதைகளை தண்டனையாகப் பரிந்துரைக்கும் மனநிலையாக விரிவடைகிறது.

ஆக, நாம் உருவகித்துக்கொள்வதுபோல "நாம் கைகொள்ளும் தண்டனை மனநிலை" என்பது நமது நியாய உணர்வில் இருந்து வருவது அல்ல மாறாக அது நமது அச்சத்தில் இருந்து பெருகுவதாக இருக்கிறது. அதனால்தான் அது கொலை செய்தவனை அவசர அவசரமாக மற்றவனாக வரிக்க முயல்கிறது. இந்த மற்றமை உருவாக்கம் அதன் இயல்பான உந்துதலின் வழியாக தனி மனிதர்களை விட மூர்க்கமும் வன்முறையும் நிறைந்த அதிகார அமைப்புகளிடம்கூட ஆசுவாசத்தைத் தேடும் அளவுக்குப் பூஞ்சையானதாக நம்மைச் சிதறடிக்கிறது.

இந்தச் சிதறல் பொது சமூகத்தில் செயல்படுவதை மட்டுப்படுத்துவதும், அவர்களை மானுட அன்பின் நிமித்தம் ஒருமுகப்படுத்துவதுமே கலை, ஆன்மீகம் அரசியல் ஆகியவற்றின் வேலை. புறப்பார்வைக்கு இந்த மூன்றின் அலகுகளும் வெவ்வேறாகத் தோன்றினாலும் அவற்றின் இருப்பின் அவசியமும் அது அடைய முயலும் உச்சமும் ஒரே இலக்கை நோக்கமாகக் கொண்டவையே. இது சாத்தியம்தானா என்கிற சந்தேகம் வரலாம். அதன் உறுதிப்பாட்டை நாம் காந்தியைக் கவனிப்பதன் வழியாகவே புரிந்துகொள்ள முடியும். ஏனெனில், இந்தச் சிதறல் எந்த காலத்திலும் காந்தியிடம் செல்லுபடியானதில்லை என்பதே. அதனால்தான் "மரணதண்டனை என்றில்லை, எந்த தண்டனையும் கூடாது என்பதே எனது கருத்து" என்கிறார் அவர். அந்த மனநிலையில் இருந்துதான் அவர் தான் கொல்லப்படுவதன் அச்சத்திலிருந்தும் வெளியேறினார். காந்தியை இப்போதுவரை கொல்லமுடியாமல் இருப்பதன் காரணமும் அதுதான். ஆம். காந்திகளை யாருமே கொல்லமுடியாது. இந்த நிலையைத்தான் அதன் ஆன்மீக அர்த்தத்தில் சாரு குறிப்பிடும் உயர்ந்தநிலை என்கிற பதத்துடன் நான் பொருத்திப் பார்க்க விரும்புகிறேன். ஏனெனில் இது அரசியலும் ஆன்மீகமும் முயங்குகிற இடமாக இருக்கிறது. இந்த முயக்கம் செயல்படும் இடம்தான் மனித வாழ்வில் இலக்கியத்தின் இடம். அதனால்தான் இலக்கியத் தளத்தில் இயங்கும் சாருவின் கூற்றை அந்த வெளிச்சத்தில் வைத்துப் பரிசீலிக்க விரும்புகிறேன்.

புறப்பார்வைக்கு எந்த நாகரீகமுமற்ற, பராரிகளைக்கொண்ட ஒரு காலனிய சமூகத்தில் இருந்து தண்டனைகளுக்கு எதிராக மனநிலை கொண்ட காந்தி போன்ற அரசியலாளர்கள் எங்ஙனம் உருவாக முடிகிறது என்கிற கேள்வியில் இருந்தே, நாம் பரிந்துரைக்கும் தண்டனைகளின் பெறுமதி குறித்த முடிவுக்கு வரமுடியும்.

காந்தியின் நிலை ஒரு ஞானியை ஒத்த மேன்மையுடையது என்றால் ஆன்மீக சமூகமாகத் தம்மை வெளிப்படுத்திக்கொள்கிற இந்திய சமூகம் தண்டனைகளுக்கு எதிரான கூறுகளை வளர்த்தெடுப்பதை நோக்கி நகர்வதே குறைந்தபட்ச அமைதியை சாத்தியப்படுத்தும். அல்லாது, தற்காலிகத் தீர்வு என்ற அளவில் அது தண்டனைகளில் ஓய்வெடுக்க முயல்வது அமைதியின்மையை நோக்கியே நகர்த்தும் என்றே நான் புரிந்துகொள்கிறேன்.

இங்கு குற்றத்துக்கும் தண்டனைக்கும் இடையிலான தொடர்புகள், அது குற்றத்தைக் குறைப்பதில் அடையும் தோல்விகள் போன்ற

புற அலகுகளை விடுத்து, தண்டனை மனநிலை என்பது எளிய மக்களிடம் அவர்களது ஆன்மீகத் தளத்தில் உண்டாக்கும் பிளவு குறித்து நாம் கவலைகொள்ளவேண்டும். அங்குதான் நமது கலைகள் பங்களிப்பதற்கு நிறைய இடமிருக்கிறது. ஆனால், எதார்த்தம் கசப்பூட்டுவதாக உள்ளது. உணர்வுச் சுரண்டலே கலையாக அரசியலாக அதன் நீர்த்த வடிவத்தில் மக்கள் முன் தொடர்ந்து வைக்கப்பட்டுக்கொண்டே இருக்கிறது.

எது இங்கு போதையாக இருக்கிறதோ அதுவே போதைக்கு மாற்று என்றும் வைக்கப்படும் அபத்தத்தின் முன்னால், எவ்வளவு பலமற்றதாக இருந்தாலும், எத்தனை தனித்ததாக இருந்தாலும் தண்டனைகளுக்கு எதிரான ஒற்றைக்குரலே அவசியம் என்றே நான் புரிந்துகொள்கிறேன். வெறுப்பின் கூச்சலுக்கு முன்னால் அதை எதிர்த்து நிற்கும் தார்மீகத்தை நாம் அத்தகைய குரலிலிருந்து மட்டுமே பெறமுடியும்!

- உயிர்மை, மார்ச் 2018

*

21

ரஃபேல்: தரையிறங்கும் மோடி பலூன்

ரஃபேல் ஒப்பந்த ஊழலின் வழியாக 2Gயில் நடந்தது போன்றதொரு கார்ப்பரேட் யுத்தம் தொடங்குகிறது. காங்கிரஸ் வெளிப்படையாக இறங்கி வந்து அடிக்கிறது. மோடியின் நம்பகத்தன்மை கிழிந்து தொங்குகிறது. சென்ற 2G விவகாரத்தில், "கூட்டணிக் கட்சிகள்தானே மாட்டுகின்றன" என்று கார்ப்பரேட்டுகள் இழுத்த இழுப்புக்குப் போய் மக்களிடம் அந்நியப்பட்டு காவிகளிடம் ஆட்சியைப் பறிகொடுத்த காங்கிரஸ், இன்று அதே விளையாட்டின் வழியாக ஆட்சியைக் கைப்பற்ற முயல்கிறது.

எந்த சந்தேகமும் இல்லாமல் இதில் மோடி சிக்குகிறார் என்பதும், இந்தத் தேர்தலில் மிகப்பெரிய விவகாரமாக இது உருவெடுக்கும் என்பதும் கவனிக்கத்தக்கது.

இதில் மோடி செய்திருக்கும் ஊழல் என்ன?

எந்த முன் அனுபவமும் இல்லாத ரிலையன்ஸின் அனில் அம்பானி இந்த ஒப்பந்தத்தின் இந்திய ஒப்பந்தத்தை வெல்வதற்கு உதவினார் என்பதுதான் மோடி மீது சுமத்தப்படும் குற்றச்சாட்டு.

அது என்ன இந்திய ஒப்பந்தம்?

கிட்டத்தட்ட 1,50,000 கோடி ரூபாய் நிகர மதிப்புள்ள இந்த ஒப்பந்தத்தில், உத்தேசமாக 75,000 கோடி ரூபாய்களுக்கான தளவாட உற்பத்தி மற்றும் அது சார்ந்த வேலைகளை இந்திய நிறுவனம் ஒன்றுடன் இணைந்து இந்தியாவில் செய்யவேண்டும் என்பது இந்த ஒப்பந்தத்தின் ஒரு நிபந்தனை. மேலும் தொழில்நுட்பத் தகவல்களைப் பரிமாறிக்கொள்ளவேண்டும் என்பதும் கூடுதல் நிபந்தனை. இவ்வளவு பணம் கொடுத்து 126 போர் விமானங்களை வாங்கப் போகிறோம் என்கிறபோது, எந்த நாடுமே இத்தகைய நிபந்தனைகளை விதிக்கவே செய்யும். இந்தியாவும் செய்தது. நமது

Hindustan Aeronautics Limited நிறுவனம் Dassault Aviation உடன் (ரஃபேல் என்பது இந்த நிறுவனம் தயாரிக்கும் ஒருவகை விமானத்தின் பெயர்) பேச்சு வார்த்தையைத் தொடங்குகிறது. அப்போதுதான் ஆட்சி மாற்றம் நடக்கிறது. (நான் குறிப்பிடும் ஒப்பந்த மதிப்புகள் இறுதியானவை அல்ல. இன்னும் கூடுதலாக இருக்கக்கூடும்)

மோடியின் பிரான்ஸ் விஜயம் நடக்கிறது. அந்தப் பேச்சுவார்த்தையில்தான் மோடி நேரடியாகத் தலையிட்டு ரஃபேலின் இந்தியப் பங்குதாரராக ரிலையன்ஸ் கம்பெனியை சேர்த்துக்கொள்ளச் சொல்கிறார். Hindustan Aeronautics Limited அதிலிருந்து வெளியேற்றப்படுகிறது. இந்த இடத்தில் முக்கியமான ஒன்றைக் கவனிக்கவேண்டும். இந்த ஒப்பந்தத்தைப் பொருத்தவரை இந்திய அரசு, அதாவது மோடிதான் உரிமையாளர். Client. இந்தியாவின் நிபந்தனையை -அதாவது மோடியின் நிபந்தனையை- ஏற்றுக்கொள்வது தவிர அவர்களுக்கு வேறு வழி கிடையாது. அவர்கள் ஏற்றுக்கொள்ளாத பட்சத்தில் வேறு காரணங்களைச் சொல்லி, மறு டெண்டருக்கு இந்தியா போகமுடியும். ரிலையன்சை ஒத்துக்கொள்ளும் வேறு கம்பெனிக்கு ஒப்பந்தத்தை வழங்க முடியும்.

மேலும் ஒரு ஒப்பந்தத்தின் உரிமையாளர் "இந்த கம்பெனியை உங்களது இந்திய பங்குதாரராக சேர்த்துக்கொள்ளுங்கள்" என்று சொன்னால், அதை ஃபிரான்ஸ் நிறுவனம் வரவேற்கவே செய்யும். ஏனெனில் இந்த ஒப்பந்தத்தை நிறைவேற்றுவதன் சுமையை வேறு விதமாக இந்தியாவும் பகிர்ந்துகொள்ளும் நிலை ஏற்படும் என்பதே அதற்குக் காரணம்.

இந்த இடத்தில்தான் ஃபிரான்ஸ் அரசாங்கம், தந்திரமாக மற்ற எந்த அரசையும் போல, தனது இந்திய பார்ட்னரை தெரிவு செய்துகொள்வது Dassault Aviation-இன் உரிமை என்றும் அந்த அடிப்படையில்தான் அது ரிலையன்ஸைத் தேர்ந்தெடுத்தது என்றும் சொல்கிறது. ஆனால் ஒப்பந்த ஷரத்துகள் முழுமையாக வெளிவரும் பட்சத்தில் - அதாவது கசியும் பட்சத்தில் - அவர்கள் மோடியின் கோரிக்கைக்குப் பணிந்தது தெரியவரும். அது எப்படி?

ரிலையன்ஸுக்கு இந்தத் துறையில் எந்த முன் அனுபவமும் கிடையாது. கட்டமைப்பும் கிடையாது என்பதெல்லாம் அந்த ஒப்பந்த ஷரத்துகளை ஒப்பிடும் போது தெரிந்துவிடும். பிஜேபி, இராணுவ ரகசியம், தேசப் பாதுகாப்பு என்று பம்மாத்து பண்ணுவது அதனால்தான். ஆனால் காங்கிரஸ் நினைத்தால் அதைக் கசியவைக்க

முடியும். அதைச் செய்வார்கள் என்றும் நினைக்கிறேன். சொந்த ஆட்சியிலேயே தேவைப்பட்ட நேரத்தில் தகவல்களைக் கசியச் செய்பவர்கள் அவர்கள். நீரா ராடியா நினைவிருக்கிறதுதானே. அதனால்தான் நிர்மலா சீதாராமன் உள்ளிட்டவர்கள் கட்டுப்பாட்டுடன் பொய் சொல்கிறார்கள். அம்பலப்பட்டுவிடுவோம் என்கிற அச்சம்.

ஆக இப்போது இந்த விவகாரம் வெளிச்சத்துக்கு வந்து விவாதமான பிறகு, "எங்களுக்கு மாற்று வாய்ப்புகள் இந்தியாவால் வழங்கப்படவில்லை", "இந்த ஒப்பந்தத்தின் இந்தியப் பங்காளியாக ரிலையன்ஸைத் தேர்வு செய்தது இந்தியாதான்" என்று அதன் முன்னாள் அதிபர் ஃபிரான்ஸ்வா ஹலோன் (*Francois Hollande*) சொல்கிறார். இந்த ஒப்பந்தம் இறுதி செய்யப்பட்டபோது அதிபராக இருந்தவர் அவர்தான். பிறகு பிரான்ஸிலும் ஆட்சி மாற்றம் நடந்து இப்போது இம்மானுவேல் மேக்ரன் (*Emmanuel Macron*) அதிபராக இருக்கிறார்.

இந்தியாவை ஒப்பிட பிரான்ஸின் சட்டதிட்டங்கள் இந்த விஷயங்களில் மேம்பட்டவை. வெளிப்படைத்தன்மைக்கு முக்கியத்துவம் தருபவை. நீங்கள் எந்த அடிப்படையில் ரிலையன்ஸை உங்களது இந்தியப் பங்குதாரராக தேர்ந்தெடுத்தீர்கள் என்று *Dassault Aviation* -னிடம் கேட்கப்பட்டால், அவர்கள் "இந்தெந்த தொழில்நுட்ப வழிகாட்டு நெறிகளின் அடிப்படையில் தேர்ந்தெடுத்தோம்" என்று மட்டுமே சொல்ல முடியும்.

அந்த நெறிமுறைகள் என்ன? அவை எங்கு குறிப்பிடப்பட்டிருக்கும்? இரண்டு இடங்களில் அவை இருக்கும் சாத்தியங்கள் உண்டு. ஒன்று *Dassault Aviation* ஒரு நிறுவனமாக தான் பின்பற்றுகிற பிரான்ஸ் சட்ட அடிப்படையிலான வழிகாட்டு நெறிமுறைகள். இரண்டாவது இந்த ரஃபேல் ஒப்பந்தத்தில் இந்தியா வரையறுத்திருக்கிற இந்திய சட்ட அடிப்படையிலான வழிகாட்டு நெறிமுறைகள். இந்த இரண்டு நெறிமுறைகளுக்கும் இடையில் முரண்பாடு எதாவது வந்திருந்தால், அவை விவாதிக்கப்பட்டு பொதுக் கருத்து எட்டப்பட்டிருக்கவேண்டும். அவை ஆவணமாக்கப்பட்டிருக்கவேண்டும்.

இத்தகைய அங்கீகரிக்கப்பட்ட ஆவணங்கள் அல்லாது தம்மிடம் விமானத்தை வாங்குகிற ஒரு நாட்டின் பிரதமர் கைகாட்டுகிற நிறுவனத்துடன் *Dassault Aviation* ஒப்பந்தம் செய்துகொள்ள முடியாது. ஏனெனில் அது சட்ட மீறல். ஒப்பந்தம் இந்தியாவுடன் தானே தவிர மோடியுடன் அல்ல. இங்குதான் தவறு நடந்திருக்கிறது.

இரண்டு அரசுகளின் தலைவர்களும் சேர்ந்து - அதாவது மோடியும் ஹலோனும் சேர்ந்து ரிலையன்ஸ் நிறுவனம் Dassault Aviation இன் இந்தியப் பங்குதாரராக ஆவதற்கு உதவியிருக்கிறார்கள். அதன் பிரதிபலனாக என்ன பெற்றார்கள் என்பதெல்லாம் இனிமேல்தான் தெரியவரும். விசாரணை என்று வருகிறபோது பிரான்ஸின் முன்னாள் அதிபர் இதற்கு பதில் சொல்லியே ஆகவேண்டும். அதற்கான பதிலைத்தான் அவர் இப்போது சொல்கிறார்.

(தற்போது ஆட்சியில் இருக்கும் பிரான்ஸ் அரசாங்கமோ முன்னாள் அதிபரைப் போல உடைத்து சொல்லாமல் இதே கருத்தை வேறு வேறு வடிவங்களில் மழுப்பலாக சொல்கிறது.)

இத்தகைய விவகாரங்களில் ஊழல் என்று பேசப்படுகிறபோது, "ஒரு சலுகையை வழங்கிவிட்டு அந்த நிறுவனத்திடமிருந்து கையூட்டாகப் பணம் பெற்றுக்கொள்வது மட்டுமே ஊழல்" என்று பொதுப் புத்தி வரையறுத்து வைத்திருக்கிறது. இது மிகவும் மேலோட்டமானது. இன்றைய crony பொருளாதாரக் கட்டமைப்பில் ஊழல் என்பதன் அலகுகள் மிகவும் விரிவடைந்திருக்கின்றன. அரசியல் கட்சிகளுக்கும் தொழில் நிறுவனங்களுக்கும் இடையிலான உறவுகள் ஆபத்தான உயரங்களை எட்டியிருக்கின்றன. அந்தப் புரிதல் இல்லாததால்தான் இந்த ஊழலில் இருந்து மோடி அவசரம் அவசரமாக விடுவிக்கப்படுகிறார். அல்லது அவர் அவ்வாறு விடுவிக்கப்பட வேண்டும் என்று வலதுசாரிகள் விரும்புகிறார்கள். "கறைபடாத கரத்துக்குச் சொந்தக்காரர் மோடி, அவர் மீது சந்தேகப்படலாமா" என்று கேட்கிறார்கள். ஆனால், இந்த விவகாரத்தை ஆராயும்போது, இந்த ஊழலில் மோடி நேரடியாக ஈடுபட்டிருப்பதற்கான முகாந்திரங்கள் தெளிவாகக் காணக்கிடைக்கின்றன.

மேலும் இந்த விவகாரத்தைப் பொதுவெளிக்கு கொண்டு வருகையில், நமது இராணுவ ரகசியங்கள் கசிந்து விடுவதற்கு வாய்ப்பிருக்கிறதா? அதன் வழியாக நமது தேச நலனுக்கு ஆபத்து வந்துவிடுமா? எனும் இரண்டு முக்கியமான கேள்விகள் வருகின்றன. இந்த விவாதம் பாராளுமன்றத்தில் கேள்வியாக வைக்கப்படுவதற்கு முன்பு, பத்திரிக்கைகளில் அங்கும் இங்குமாக எழுதப்பட்ட போதே, நிர்மலா சீதாராமன் முதல் பிஜேபியின் மற்ற உறுப்பினர்கள் வரை, "இந்த ஒப்பந்தத்தின் முக்கியத் தகவல்களை வெளியிடுவது நமது இராணுவத்துக்கு ஆபத்தாக முடியும்", "இதை பொதுப்

பரப்புக்குக் கொண்டுவருவதன் மூலம் காங்கிரஸ் தேசநலனுக்கு ஊறு விளைவிக்க முயல்கிறது" என்று கூச்சலிடத் தொடங்கினார்கள்.

அது அப்படித்தானா என்று பார்க்க வேண்டுமானால் அதற்கு இதைப்போன்ற ஒப்பந்தங்களில் பின்பற்றப்படும் சில பொதுவான நடைமுறைகள் குறித்து நாம் கொஞ்சமாவது தெரிந்துகொள்ளவேண்டும். எல்லா ஒப்பந்தங்களும் அதனதன் தன்மைக்கு ஏற்ப சில பிரத்யேக காரணிகளையும் சில அடிப்படை வேறுபாடுகளையும் கொண்டிருக்கும். ஆனால், ஒப்பந்தங்கள் என்ற வகையில் எல்லாவற்றிக்கும் ஒரு பொதுத் தன்மை உண்டு. அந்த அடிப்படையில் மட்டும் நாம் இப்போதைக்கு இதைப் புரிந்துகொள்ள முயல்வோம். இந்த விவகாரத்தில் நடந்திருக்கும் ஊழலையும் அத்துமீறலையும் புரிந்துகொள்ள அதுவே போதுமானது.

எந்த இராணுவமும், அதன் தாக்குகிற மற்றும் தற்காத்துக்கொள்கிற திறனைப் பற்றி குறிப்பிட்ட கால இடைவெளிகளில் பரிசீலித்து, எத்தகைய ஆயுதங்களை, தளவாடங்களை செறிவூட்டிக்கொள்ள வேண்டும் என்று முடிவெடுக்கும். எதன் அடிப்படையில் இந்த செறிவூட்டல் முடிவு எடுக்கப்படுகிறது?

நமது potential எதிரிகளின் பலம். இங்கு பலம் என்பது அவர்களிடம் இருக்கிற ஆயுதங்களின் பலம். அதை ஒப்பிட்டுத்தான் நமது குறைபாடுகளை நாம் பட்டியலிட்டுக் கொள்வோம். இப்போது இந்த ரஃபேல் ஒப்பந்த விவகாரத்தில் கூட, நமது potential எதிரியாக நாம் கருதும் சீனாவின் திறனை ஒப்பிட்டும், களத்தில் நிலவும் சீதோஷ்ண நிலைமைகள் உள்ளிட்ட காரணிகளை உள்ளடக்கியுமே நமக்கு என்ன மாதிரியான போர் விமானங்கள் தேவை என்கிற முடிவுக்கு வந்திருப்போம்.

இதன் முதல் கட்டம் என்னவென்றால், உதாரணத்துக்கு, நாங்கள் இத்தனை அடி உயரத்தில் பறக்கவேண்டும், இவ்வளவு ஆயுதங்களை அதில் கொண்டுச் செல்லவேண்டும், இவ்வளவு எரிபொருள் திறன் இருக்கவேண்டும் என்பது போன்ற சில அடிப்படையான தேவைகளை மட்டுமே இராணுவம் சொல்லும். இந்தத் தகவல்களின் அடிப்படையில்தான் முதல் கட்ட வரைவு தொடங்கும். இந்த நடைமுறை இராணுவத்துக்கு மாத்திரமல்ல எல்லா ஒப்பந்தங்களுக்கும் பொருந்தும்.

குறிப்பாக நாம் (அரசு) ஓர் எட்டு வழிச்சாலை திட்டமிடுகிறோம் என்றால், எந்த ஊரிலிருந்து எந்த ஊருக்கு சாலை வேண்டும்

என்பதை மட்டுமே சொல்வோம். அதற்கென்று இருக்கின்ற பிரத்யேக நிறுவனங்கள் அடுத்தகட்ட survey மற்றும் feasibility study போன்றவற்றை செய்து ஓர் ஆரம்பக்கட்ட வரைவை எட்டுவார்கள். பிறகு அடுத்தகட்ட தொழில்நுட்ப விவாதங்களுக்குப் பிறகு திட்ட வரைவு முடிவடையும். எத்தனை பாலங்கள், எவ்வளவு நிலம் கையகப்படுத்துவது, இடப்பெயர்வு, திட்டம் முடிவடையும் காலம் போன்றவை தெளிவாகத் திட்டமிடப்படும். பிறகுதான் construction companies களத்துக்கு வருவார்கள். அவர்களது வேலை இறுதி செய்யப்பட்ட திட்ட வரைவின் அடிப்படையில் பணியைச் செய்து முடிப்பது.

ஆனால், இராணுவத் தளவாடங்கள் என்று வருகிறபோது திட்ட வரையறை, உற்பத்தி, செயல்பாட்டைக் கண்காணிப்பது மற்றும் களத்தில் (களம் என்றால் போர்க்களம் என்று மட்டும் அல்ல, சாதாரண காலங்களிலும் கூட) அவற்றைப் பராமரிப்பது போன்றவற்றை ஒரே நிறுவனம் தானாகவோ அல்லது தனது கண்காணிப்பின் கீழ் மற்ற நிறுவனங்களை வைத்தோ செய்வார்கள். இந்த ஒப்பந்தத்தில் கூட எங்களுக்கு என்ன மாதிரியான திறனுள்ள விமானங்கள் தேவை என்பதை மட்டுமே இராணுவம் சொல்லியிருக்கக்கூடும். அந்த விவரங்கள் இராணுவ ரகசியம்.

ஏனெனில் இராணுவத்தின் தாக்கும் திறனுடன் அது தொடர்புடையது. "உங்களுடைய தேவைக்கு, எங்களது இந்தத் திறனுள்ள விமானங்களே பொருத்தமாக இருக்கும்" என்று தயாரிப்பு நிறுவனம் சொல்லும். அந்த technical specification ரகசியம். ஏனெனில் அந்தத் தகவல் தாக்கும் திறனுடன் தொடர்புடையது. ஆக, ஒரு இராணுவத் தளவாட கொள்முதல் ஒப்பந்தத்தில் அந்தத் தளவாடம் குறித்த technical specification ரகசியம் என்பதை நாம் ஏற்றுக்கொள்ள முடியும்.

மேலும் ஓர் இராணுவ விமானத்தின் விலை என்பது, அதன் தாக்கும் திறனுக்கு ஏற்றாற்போல விலை கூடக் கூடியது. தாக்கும் திறன் என்பது அது சுமந்து செல்லக் கூடிய ஆயுதங்களின் எடை, பறக்கும் உயரம், வேகம், எரிபொருள் திறன் மற்றும் சில பிரத்யேகத் தன்மைகளால் முடிவு செய்யப்படுகிறது. ஆக இந்த அடிப்படையில்தான் இறுதி விலை குறித்த தகவல்களில் கூட குறிப்பிட்ட அளவுக்கு ரகசியம் காக்கப்படுகிறது. Middle Man என்று சொல்லக்கூடிய திமிங்கிலங்கள் புகுந்து விளையாடும் அட்டகாசமான ஏரியா இது. வரிகட்டும் குடிமக்களாகிய நாம் இந்த விவகாரங்களில்

கதவுக்கு வெளியேதான் நிற்கமுடியும். நிற்கவும் செய்கிறோம். அதில்கூட எந்தப் புகாரும் இல்லை. ஆனால், இந்த விவகாரத்தில் நமது புகாரே வேறு. அதற்கும் இராணுவ ரகசியத்திற்கும் எந்தத் தொடர்பும் இல்லை.

இந்தியப் பொதுத்துறை நிறுவனத்துக்குப் போகவேண்டிய ஒப்பந்தத்தின் இந்தியப்பகுதியை தனது பிரதமர் பதவி எனும் அதிகாரத்தை வைத்து அதை ரிலையன்ஸுக்கு பெற்றுத் தந்தார் என்பதும், அதன் வழியாக இந்தியப் பொதுத்துறை நிறுவனத்தை அப்புறப்படுத்தி இந்தியாவுக்கு துரோகம் செய்தார் என்பதுமே மோடியின் மீதுள்ள குற்றச்சாட்டு. எந்த அடிப்படையில் ரிலையன்ஸுக்கு இந்த ஒப்பந்தம் வழங்கப்பட்டது எனும் தகவல்களை, அது இராணுவ ரகசியம் எனும் பொய்யின் அடிப்படையில் மறைத்து மக்களை ஏமாற்றுகிறார் என்பதும் மோடியின் மீதுள்ள குற்றச்சாட்டு. அதனால்தான் இத்தகைய ஒப்பந்தங்களில் எது ரகசியமான தகவல்கள் எது ரகசியமற்றவை என்ற தெளிவுக்கு வரவேண்டியது அவசியமாகிறது. அப்போதுதான் மோடி ஈடுபட்டிருக்கும் அத்துமீறலை நாம் புரிந்துகொள்ள முடியும். ரகசியம் என்ற ஒற்றை வார்த்தைக்குப் பின்னே இந்த ஊழலை மறைக்க முயலும் நிர்மலா சீதாராமனின் பதட்டத்தை எளிதாகப் புரிந்துகொள்ள முடியும்.

ஒரு விமானத்தின் விலையை நாங்கள் 600 கோடி ரூபாய் என்று பேசியிருந்தோம், ஆனால் இந்த அரசாங்கம் 1600 கோடி ரூபாய் கொடுத்து வாங்குகிறது என்கிற காங்கிரசின் குற்றச்சாட்டு எளிதில் நிரூபிக்கப்பட முடியாதது. இதில் பிஜேபி தவறிழைத்திருக்கிறது என்று சொல்வதும் சிரமம். "ஏனெனில் நீங்கள் தீர்மானித்திருந்த விலை வெறும் விமானத்துக்கு மட்டும் உரியது. ஆனால் நாங்கள் ஒத்துக்கொண்டிருக்கும் இந்த கூடுதல் விலை என்பது அதனுடன் பொருத்தப்படக் கூடிய ஆயுதங்களையும் உள்ளடக்கியது" என்று நிர்மலா சீத்தாராமன் சொல்வதில் உண்மையிருக்கிறது. கூடுதலாக சொல்லப்படும் விலையில் உண்மை இருக்கிறது என்று நாம் ஏற்றுக்கொண்டால் பிறகு பொய் எங்கிருக்கிறது, ஊழல் குற்றச்சாட்டு எங்கு வருகிறது என்ற கேள்விகள் தவிர்க்க முடியாதவை. அதுதான் அடுத்த கட்டம்.

இந்த ஒப்பந்தத்தில் ஆரம்பகட்ட வரைவுகள் முடிவடைகின்றன. ஒப்பந்தப் புள்ளி கோரப்படுகிறது. *Dassault Aviation* எனும் நிறுவனம் ஒப்பந்தத்தை வெல்கிறது. எந்த ஒப்பந்தமும், அந்த

ஒப்பந்தத்துக்கு உரிய பிரத்யேகத் தன்மையைக் கொண்டவையாக வடிவமைக்கப்படும் என்று மேலே சொல்லியிருக்கிறேன். இதில் உள்ள பிரத்யேகத் தன்மையே, இந்த ஒப்பந்தத்தின் வழியாக, வெறும் போர்த் தளவாடத்தை வாங்குவது மட்டும் அல்லாது வேறு வகையில் நாம் சில பலன்களை அடையவேண்டும் என்று சென்ற மன்மோகன் அரசாங்கம் திட்டமிட்டிருந்ததே.

அவைதான் ஒப்பந்தத்தின் முக்கிய ஷரத்தாக இருக்கும் "இந்த ஒப்பந்தத்தின் குறிப்பிட்ட அளவு தளவாடங்களை டெண்டரில் வெற்றியடையும் கம்பெனி இந்தியாவில் தயாரிக்கவேண்டும், அதை இந்திய நிறுவனத்தின் கூட்டுடன் செய்யவேண்டும், மேலும் குறிப்பிட்ட தொழில்நுட்பத் தகவல்களைப் பரிமாறிக்கொள்ளவேண்டும்" என்கிற நிபந்தனைகள்.

இந்த இடத்தில் நாம் கவனிக்க ஒரு முக்கியமான விஷயம் இருக்கிறது. அது என்ன?

அவ்வாறு கூட்டு நிறுவனமாக தெரிவு செய்யப்படும் இந்திய நிறுவனத்துக்கு என்னென்ன தகுதிகள் இருக்கவேண்டும் என்கிற நிபந்தனைகள். நூறு சதவீதம் உறுதியாக இந்த நிபந்தனைகள் அந்த ஒப்பந்தத்தில் இருக்கும். இருக்கவேண்டும். அப்படி இல்லை என்றால் சென்ற UPA அரசாங்கம் வேண்டுமென்றே அதை இறுதி செய்யாமல் விட்டிருக்கிறது என்று பொருள். இது திமிங்கிலங்கள் புகுந்து விளையாடக் கூடிய மற்றொரு இடம்.

ஓர் ஒப்பந்தத்தில் இத்தகைய நிபந்தனைகள், வழிகாட்டு நெறிமுறைகள் ஏன் முக்கியம்?

என்னதான் ஒப்பந்தம் Dassault Aviationக்கு வழங்கப்பட்டாலும், அவர்கள் தெரிவு செய்யக்கூடிய இந்தியக் கம்பெனி, தகுதியுடையதாகவும், குறித்த காலத்திற்குள் வேலையை செய்து முடிக்கும் திறனுள்ளதாகவும், அதற்கு வேண்டிய உள் கட்டமைப்பு வசதிகள் கொண்டதாகவும் இருப்பதை உறுதி செய்யவேண்டிய பொறுப்பு ஆர்டர் வழங்கிய நிறுவனத்துக்கு உண்டு. இந்த இடத்தில் ஆர்டர் வழங்கிய நிறுவனம் இந்திய அரசு. இந்திய அரசு என்றால் வரி கட்டும் குடிமக்களைப் பிரதிநிதித்துவப் படுத்துகிற அரசு.

உதாரணத்திற்கு, Dassault Aviation ஒரு தரமற்ற நிறுவனத்துடன் Joint Venture (பங்குதாரராக இணைந்து ஒப்பந்த வேலைகளைச் செய்வது.) ஆக இணைந்து கொண்டால், அந்த இந்திய நிறுவனம் ஏதாவது

காரணத்தின் அடிப்படையில் தோல்வியடைந்தால் அந்தத் தோல்வி Dassault Aviation-ஐ மாத்திரம் அல்ல, இந்தியாவையும் பாதிக்கும் என்பதே அதற்குக் காரணம். மேலும் விமானப்படை விமான உற்பத்தி என்று வருகிறபோது, அனுபவமற்ற கம்பெனி செய்யும் சிறு தவறுகூட களத்தில் மிகப்பெரிய பின்னடைவை உண்டாக்கும் வல்லமையுடையது. அதனால்தான் ஒரு subcontract கம்பெனி தரமுடையதாக, அனுபவமுடையதாக இருக்கவேண்டிய அவசியம் இருக்கிறது. அதை உறுதி செய்யவேண்டிய கடமை மக்களின் வரிப்பணத்தில் இத்தனைப் பெரிய தொகையைச் செலவிடும் அரசுக்கு இருக்கிறது.

இந்தச் சூழலில்தான், தனது அதிகாரத்தைப் பயன்படுத்தி, நரேந்திர மோடி ரிலையன்ஸுக்கு இந்திய ஒப்பந்தத்தைப் பெற்றுத் தந்தார் என்கிற குற்றச்சாட்டு முக்கியத்துவம் பெறுகிறது. “எந்த அடிப்படையில் ரிலையன்ஸ் இந்தப் பணிக்கு தேர்ந்தெடுக்கப்பட்டது?” என்ற கேள்வி வருகிறபோதுதான், “இராணுவ ரகசியம்”, “தேசப் பாதுகாப்பு” என்று ஆளும் பிஜேபி அரசு அலறுகிறது. இது மிகப்பெரிய பொய்.

ஏனெனில், இந்த விமான ஒப்பந்த விவகாரத்தில் அதன் technical specification தவிர மீதி எதுவுமே ரகசியம் கிடையாது. ஒரு subcontract கம்பெனிக்கான தகுதியாக அந்த ஒப்பந்தத்தில் நிர்ணயிக்கப்பட்டிருந்த அளவுகோல்கள் என்ன? வழிகாட்டு நெறிமுறைகள் என்ன? என்பதை மக்களிடம் சொல்வதில் எந்தப் பாதுகாப்பு ஆபத்தும் இல்லை. ஏனெனில் அந்தத் தகவல்களைப் பயன்படுத்தி நாம் வாங்கப் போகும் போர் விமானங்களின் செயல்திறனை யாரும் அனுமானிக்க இயலாது. ஆக, அது மறைக்கப்பட வேண்டிய தகவல்கள் எனும் பட்டியலிலேயே வரவேண்டியதில்லை.

பிறகு ஏன் அதை வெளிப்படையாகச் சொல்வதற்கு இந்த அரசு மறுக்கிறது? ஏனெனில் அவ்வாறு சொன்னால், முதற்கட்டத்திலேயே இதில் நடந்திருக்கிற favorism, அதாவது ரிலையன்ஸுக்கு வழங்கிய சலுகை அம்பலப்பட்டுவிடும். மேலும் இந்தந்த தகுதிகள் அந்த இந்தியக் கம்பெனிக்கு இருக்கவேண்டும் என்று சொல்லப்பட்டிருந்தால், அந்தத் தகுதியை வைத்திருக்கும் மற்ற இந்தியக் கம்பெனிகளை Dassault Aviation அணுகியதா என்ற கேள்வி வரும்? மேலும் அப்படி அது அணுகாமல் நேரடியாக ரிலையன்ஸை அது தேர்ந்தெடுத்திருந்தால், Dassault Aviation- இன் அந்த முடிவில் குறுக்கீடு செய்வதற்கும் அந்த ஒப்பந்தம் தகுதியுள்ள

ஒரு கம்பெனிக்கு செல்வதை உறுதி செய்வதற்கும் இந்திய அரசிற்கு முழு அதிகாரம் உண்டு. அதை இந்திய அரசு செய்ததா என்கிற முக்கியமான கேள்வி வருகிறது? அதனால்தான் எல்லா வகைகளிலும் மோடி இதில் சிக்குகிறார் என்று சொன்னேன்.

இதில் மோடி புரிந்திருக்கும் குற்றம் என்ன?

இந்த ஒப்பந்தம் Hindustan Aeronautics Limited -க்கு கிடைத்திருந்தால், அதன் பலன் இந்தியப் பொதுத்துறை நிறுவனத்துக்கு வந்திருக்கும். அந்த நிறுவனம் தனது தொழில் நுட்பத்திறனை வளர்த்துக்கொள்ள இந்த ஒப்பந்தம் பெருவாய்ப்பாக அமைந்திருக்கும். வரும் காலங்களில் நாமே சொந்தமாக இத்தகைய விமானங்களைத் தயாரிக்கும் நிலைக்கு நாம் நகர சிறந்த வாய்ப்பு உருவாகியிருக்கும். அதைத் தடுத்த வகையில் மோடி இந்தியாவுக்கு செய்திருப்பது துரோகம். மிகப்பெரிய குற்றம்.

மேலும் எந்தக் கட்டமைப்பும் இல்லாத ரிலையன்ஸ், Hindustan Aeronautics Limited, BHEL போன்ற நிறுவனங்களின் கட்டமைப்பைப் பயன்படுத்தியே இந்த விமானங்களைச் செய்து முடிக்க முடியும். அவர்கள் அப்படித்தான் தொலைத்தொடர்புத் துறையில் காலூன்றினார்கள். BSNL- இன் எல்லாத் திறன்களும் அவர்களுக்கு திறந்து விடப்பட்டன. பிறகு அவர்கள் பெரிதாக வளர்ந்து மற்ற நிறுவனங்களை ஒடுக்கும் நிலைக்கு வந்தார்கள். இங்கு மோடி செய்ய விரும்புவது அதைத்தான். அவர்கள் வழியாக ஒரு நிழல் அரசை நிறுவுவது. Defence Deal என்பது பொன்முட்டையிடும் வாத்து. மேலும் கட்டற்ற அதிகாரம். எது குறித்து கேட்டாலும், இராணுவ ரகசியம், தேச பாதுகாப்பு என்று சொல்லி தப்பித்துக் கொள்ளலாம். 2Gயில் நடந்தது போன்ற விசாரணைகள் சாத்தியமே இல்லை.

நேரடியாக இந்தியப் பொதுத்துறை நிறுவனத்துக்கு கொடுக்காவிட்டாலும்கூட, ரிலையன்ஸ் மற்றும் Hindustan Aeronautics Limited உள்ளடக்கிய ஒரு கூட்டு நிறுவனத்தை உருவாக்கி அதை Dassault Aviation உடைய இந்தியக் கூட்டாளியாக்கியிருந்தால் மோடி ஒரு சிறந்த நிர்வாகி என்று ஒத்துக்கொள்ளலாம். ஏனெனில் லகான் பொதுத்துறை நிறுவனங்களின் வாயிலாக நம்மிடம் இருக்கும். தொடர்புடையவை இரண்டு மூன்று இந்திய நிறுவனங்கள் அதிலும் ஒன்று இந்திய பொதுத்துறை நிறுவனம் என்கிறபோது நம்மால் எளிதாக கண்காணிக்க முடியும். ஆனால் இப்போது நடந்திருப்பது வேறு.

Dassault Aviation-ம் ரிலையன்ஸும் கைகோர்த்துக்கொண்டு, நமது பொதுத்துறை நிறுவனங்களுடன் துணை ஒப்பந்தங்கள் போட்டுக்கொண்டு பணிகளைச் செய்வார்கள். அதாவது ஆர்டர்களைக் கொடுத்து வாங்குவார்கள். பங்குதாரராக இருந்திருக்கவேண்டிய நமது பொதுத்துறை நிறுவனம் வெறும் சப்ளையராக சுருங்கிப் போகும். சுருக்கமாகச் சொன்னால், நமது பணத்துக்கு அம்பானி முதலாளி. அதுவும் எந்த பணம்? இந்த ஒப்பந்தப் பேப்பரை மட்டும் வைத்துக்கொண்டு நமது பொதுத் துறை நிறுவனமான வங்கிகளிடம் ரிலையன்ஸ் கடன் வாங்கும் பணம். இந்தச் சுழல் பாதை புரிகிறதா இப்போது? இதில் புழங்கப் போகிற லாபமாகப் போகிற பணம் நம்முடைய வரிப்பணம். ஆனால், அதை மேலாண்மை செய்யும் உரிமை மட்டும் அனில் அம்பானிக்கு. அதுவும் எந்த அம்பானிக்கு? தனது தொழிலின் வீழ்ச்சியில் இருக்கும் அனில் அம்பானிக்கு. இங்கும் நிறைய பேருக்கு குழப்பம் இருக்கிறது. அம்பானி நிறுவனங்கள் வெற்றிகரமாகத் தானே இயங்குகின்றன என்று. அவை முகேஷ் அம்பானியின் கீழ் இயங்கும் நிறுவனங்கள். இந்த ரஃபேல் ஒப்பந்த விவகாரம் அனில் அம்பானியின் கீழ் இயங்கும் நிறுவனத்துடன் தொடர்புடையவை. அவை பெரும் நிதிச் சிக்கலில் இருக்கின்றன.

இந்த ஒப்பந்தத்தை சாதித்துக் கொடுத்ததன் வழியாக பிஜேபி அடையும் பலன்கள் என்ன?

ரிலையன்ஸ்+பிஜேபி கூட்டு. அவர்களது நீண்ட காலத் திட்டத்தின் ஒரு பகுதி இது. பண மதிப்பிழப்பு காலத்தில் ரிலையன்ஸின் வழியாக பிஜேபி பலனடைந்தது என்பது போன்ற விவாதங்கள் அமித்ஷாவை தொடர்புபடுத்தி கிசுகிசுக்கப்படுகின்றன. தேர்தல் என்பது பணம் என்று ஆகியிருக்கும் காலத்தில், இந்தியா முழுமைக்கும் தனது நிறுவனக் கட்டமைப்பை வைத்திருக்கும் ரிலையன்ஸ், நமது கற்பனைக்கு எட்டாத வகையில் பிஜேபிக்கு உதவ முடியும். அதுவும், திவாலாகும் நிலையில் இருக்கும் அனில் அம்பானியின் நிறுவனத்துக்கு இந்த ஒப்பந்தத்தைப் பெற்றுத் தந்திருப்பதன் வழியாக, மோடிக்கும் அனிலுக்கும் என்ன மாதிரியான உள் ஒப்பந்தம் ஏற்பட்டிருக்கிறது என்று அனுமானிக்கமுடியவில்லை.

ஆனால், காங்கிரஸ் தனது முழு ஆயுதங்களுடன் வெளி வந்திருப்பதைக் காண்கையில் இது எளிதில் ஓயப்போவதில்லை என்றே தோன்றுகிறது. காங்கிரஸ் என்றால் ஊழல், பிஜேபி

என்றால் மதவாதம் என்று உருவாக்கி வைக்கப்பட்டிருக்கும் பிம்பம் முழுதாக உடைபடுவதற்கும், பிஜேபி என்றால் மதவாதம் மற்றும் ஊழல் என்று நிறுவுவதற்கும் இதுவொரு வாய்ப்பு. காங்கிரஸ் அதைப் பயன்படுத்தும் என்றே நினைக்கிறேன். இது வெறும் போர் விமான ஒப்பந்த விவகாரம் மாத்திரம் அல்ல. அதையும் தாண்டி பிரமாண்டமானது. அரசியலில் முக்கியமானது.

ஒரு பொது சமூகமாக நாம் இந்த அரசை நோக்கி, குறிப்பாக மோடியை நோக்கி எழுப்ப வேண்டிய கேள்விகள் என்ன என்பதை இவ்வாறு தொகுத்துக் கொள்வோம்.

1. நீங்கள் வாங்கும் விமானத்தின் தொழில்நுட்ப விவரங்கள் - technical specification - எங்களுக்குத் தேவையில்லை. அதை ரகசியம் என்று நாங்கள் ஒத்துக்கொள்கிறோம். ஆனால் அந்த ஆர்டரைப் பெறும் இந்தியக் கம்பெனிக்கு என்னென்ன தகுதிகள் இருக்கவேண்டும் என்று அந்த ஒப்பந்தத்தில் நீங்கள் வரையறுத்தீர்கள்?

2. அந்த வரையறைகளின் அடிப்படையில் ரிலையன்ஸ் தகுதி பெறுகிறதா?

3. ரிலையன்ஸ் தகுதி பெறுகிறது எனில் அவ்வாறு தகுதி பெரும் மற்ற இந்தியக் கம்பெனிகள் எவை எவை? பரிசீலனை செய்யப்பட்டு நிராகரிக்கப்பட்ட கம்பெனிகள் எவையெவை?

4. வேறு தகுதி வாய்ந்த கம்பெனிகள் இருப்பின் அவற்றிற்கு இந்த ஒப்பந்தம் போகாமல் ரிலையன்ஸ்க்குப் போனது ஏன் ?

5. ரிலையன்சைத் தேர்ந்தெடுத்ததில் இந்திய அரசின் குறுக்கீடு இல்லை, அது முழுக்க முழுக்க Dassault Aviation இன் உரிமை என்றால், அவர்கள் யாரை வேண்டுமானாலும் தேர்ந்தெடுத்துக்கொள்ளலாம் என்று ஒப்பந்தம் சொல்கிறதா?

6. ஆமாம், அந்த ஒப்பந்தம் அவ்வாறுதான் சொல்கிறது என்றால் தேச நலன் குறித்து சிந்திக்கும் ஓர் அரசு மிகப்பெரிய நிர்வாகத் தவறை இழைத்திருக்கிறது என்கிற எதார்த்தத்தை ஏற்றுக்கொள்கிறீர்களா? அந்த அடிப்படையில் நீங்கள் மிக முக்கியமான ஒரு பாதுகாப்பு அம்சத்தில் கோட்டை விட்டிருக்கிறீர்கள் என்றுதானே பொருள். அப்படியென்றால் இந்த நாட்டை ஆளும் தார்மீகத்தை நீங்கள் இழக்கிறீர்கள் என்று தானே ஆகிறது?

ஆனால் இந்த விவகாரத்தை செய்தி நிறுவனங்கள் அணுகும் பாங்கு அதிர்ச்சியளிக்கக் கூடியதாக இருக்கிறது. போஃபர்ஸ் ஒப்பந்த ஊழல் வெளிவந்த காலத்தில் பத்திரிக்கைகள் அதை எவ்வாறு அணுகின என்று நினைத்துப் பார்க்கிறேன். அந்த ஊழலை ஒரு வெகுமக்கள் விவாதமாக மாற்றியதில் நேர்மையான பத்திரிக்கையாளர்கள் எவ்வாறு பங்காற்றினார்கள் என்பதை நினைக்கையில் ஏக்கமே மிகுகிறது. சமீப கால 2G விவகாரத்தில்கூட பத்திரிக்கைகள் பெரும் பாய்ச்சலை நிகழ்த்தின. எல்லா ஊடகங்களும் அந்த செய்தியை பெரும் விவாதப் பொருளாக்கி நாட்டையே ஸ்தம்பிக்க வைத்தன. அன்னா ஹசாரே போன்ற கோமாளிகள் எல்லாம் வீதிக்கு வந்து அரசையே முடக்கினார்கள்.

ஆனால் இன்று என்ன நிலைமை? ஊடகங்கள் ஒருவித அறிவிக்கப்படாத முற்றுகைக்குள் அடங்கிக் கிடக்கின்றன. இந்த விவகாரத்தில் இருந்து தங்களை அப்புறப்படுத்திக் கொள்வதற்கு வேறு எதாவது வாய்ப்பு கிடைக்காதா என்று அற்ப விவகாரங்களின் பின்னால் தலையைத் தொங்கப் போட்டபடி அவை அலைகின்றன. மக்கள் அதிருப்தியுடன் அசூயையுடன் பார்க்கிறார்கள். எப்போதும் போல மக்களாட்சியின் இறுதி நம்பிக்கை வாக்குப் பெட்டிதான். மக்களுடன் சேர்ந்து ஊடகங்களும் தங்களது தோல்வியை அறிவித்துக்கொண்டு வரிசையில் நிற்பதைக் காண பரிதாபமாக இருக்கிறது.

- உயிர்மை, அக்டோபர் 2018

*

22

சபரிமலை யாத்திரை: ஆன்மீகச் சுரண்டலின் இன்னொரு பக்கம்

சபரிமலை என்ற ஒன்று வந்ததற்குப் பிறகுதான் எங்கள் ஊரில் இருக்கும் பலர் ஸ்ரீரங்கம், மதுரை, குற்றாலம், திருச்செந்தூர் போன்ற ஊர்களை கண்ணால் காணும் பாக்கியம் பெற்றார்கள். விவசாயம் இல்லாதுபோன இப்போது கொத்தனாராக, பிளம்பராக பெங்களூர் வரை போகிறார்கள். அப்போதும்கூட கந்து வட்டி தொடங்கி பொண்டாட்டியின் தாலியை அடகு வைப்பது வரை சென்றுதான் பலர் யாத்திரையை நிறைவு செய்தார்கள்.

சரக்கை தற்காலிகமாக நிப்பாட்ட சபரிமலைக்கு மாலை போட்டதெல்லாம் தொண்ணூறுகளின் பிற்பகுதியில் தொடங்கியது. சமூகவியல் பார்வையில் பார்த்தால் சபரிமலை யாத்திரை என்பது ஒருவகை ஆன்மீகச் சுரண்டல். அதற்காக மக்கள் யாத்திரை செல்வதைத் தடுக்கவும் முடியாது. இந்த நாட்டில் எவ்வளவோ மாசுகள்; அதிலொன்று ஐயப்ப பக்தர்களால் வரும் மாசு அவ்வளவே.

பூஜையில் தொடங்கும் ஒலி மாசு தொடங்கி, யாத்திரை வழியெங்கும் கண்ட இடத்திலும் பேண்டு வைக்கும் வழி மாசு கடந்து, தரிசன ஸ்தலத்தில் நிகழும் காடழிப்பு வரை மற்ற எந்த யாத்திரையையும்விட இது கொஞ்சம் பிரத்யேகமானது. ஆபத்தானதும் கூட. ஆக, பெண்களும் சபரிமலைக்குச் செல்வது என்பது என்னைப் பொருத்தவரையில் தேவையில்லாத ஆணி. ஆண்கள் குவிவதையே கட்டுப்படுத்தவேண்டிய நிலையில் இருக்கிறோம் நாம்.

ஆனாலும் கோர்ட் தீர்ப்பை நான் முழு மனதுடன் வரவேற்கவே செய்கிறேன். ஒரு நவீன சமூகத்தின் நீதிமன்றம் எந்த விஷயத்தையும் சமத்துவப் பார்வையில் மட்டுமே அணுகமுடியும், அணுகவும் வேண்டும். இதில் வழங்கப்படும் பிற்போக்குத்தனமான தீர்ப்பு,

மற்ற விஷயங்களுக்கு வழங்கப்படும் தீர்ப்பின் அடிப்படையை மாற்றும் ஆபத்தை செய்துவிடக்கூடாது. ஆக இந்த தீர்ப்பு சரியே.

தனியாகப் போகவேண்டுமா, குடும்பத்துடன் போகவேண்டுமா என்பதை பக்தர்கள்தான் தீர்மானிக்கவேண்டும்!

– செப்டம்பர் 28, 2018

*

23

#metoo: ஊர்கூடிக் கவிழ்த்த தேர்

#metoo குறித்து தீவிரமாக எதுவும் எழுதக்கூடாது என்றுதான் நினைத்தேன். இப்போதும் கூட அவ்வாறே நினைக்கிறேன். சில நேரங்களில் தோன்றுமல்லவா, "சமூக ஊடகங்களில் எழுதுவது நமது நேரத்தை விரயம் செய்யும் செயல், மேலும் "செக்ஸிஸ்ட்" என்று தூற்றப்படுவதற்கும் நூறு சதவீத சாத்தியமுண்டு என்று. இருந்தாலும் எழுதுகிறேன்.

இந்த metoo விவகாரம் தமிழ்ப் பரப்பை எட்டும் வரையில், நான் அது குறித்து பெரிதும் அலட்டிக்கொள்ளவில்லை. ஆனால் அது இங்கு விவாதமாக மாறத் தொடங்கிய போது, அதில் வெளிப்பட்ட மூர்க்கம் குறித்து துணுக்குறவே செய்தேன். அரசியலை, சமூகத்தை, மனித உறவுகளை நான் எனது உள்ளுணர்வின் வழியாகவே புரிந்துகொள்ள முயல்வேன். தரவுகள், புள்ளிவிவரங்கள் போன்றவற்றிக்கு எப்போதும் இரண்டாமிடம்தான். நிபுணர்களுக்கு எனது இந்த நிலைப்பாட்டில் மாற்றுக் கருத்துகள் இருக்கலாம். அதையும் நான் புரிந்துகொள்கிறேன்.

ஏனெனில் எனது இடம் "புனைவு சார்ந்த படைப்பு மனநிலை" என்று வரித்துக்கொண்டு, அதிலிருந்துதான் எனது கருத்துகளைத் தொகுத்துக் கொள்கிறேன். இதில் உங்களுக்கு காணக் கிடைக்கும் நெகிழ்வுத் தன்மை அதன் உபவிளைவுதான். பல நேரங்களில் அதில் தென்படும் மூர்க்கத்துக்கும் கூட அந்தக் கொந்தளிப்பே காரணம்.

இந்த metoo விவகாரத்தில் எனது ஒவ்வாமைகள் என்ன என்பதை முதலில் தெளிவுபடுத்திவிடுகிறேன்.

முதலில், தத்துவார்த்த ரீதியாக இது, "அவமானப்படுத்துவதை" *(shaming)* மற்றும் அதன் வழியாக குற்றம் சுமத்தப்பட்டவர் மீதான "சமூக விலக்கம்" சாத்தியமாவதை தனது தண்டனை வழிமுறையாகக் கொள்கிறது. இரண்டாவது இந்த metoo இயக்கத்தின் வீச்சு "சமூக

ஊடகங்களால்" கட்டுப்படுத்தப்படுகிறது. சமூக ஊடகங்கள் என்று சொன்னால், அதன் தொடர்புடைய கார்ப்பரேட்டுகள் மற்றும் அவர்கள் பின்னால் இருக்கின்ற அரசுகள்தானே. மூன்றாவது, இந்த movement அதன் வளர்ச்சிப்போக்கில் தனிமனிதர்களிடம் உருவாக்கிவிடுகிற "கண்காணிப்புப் பொறிகள்" மற்றும் அதனால் "தனிமனிதத் தன்னிலை அடையும் பதட்டங்கள்."

பெண் விடுதலை என்று வருகிறபோது, அதன் நுண்ணரசியலாக பெண்ணியலாளர்கள் கவனப்படுத்திய முக்கியமானதொரு கருத்தாக்கம், பெண்களுக்கு எதிரான "ஆண்மைய சொல்லாடல்கள்" மற்றும் அவர்கள் மீது சுமத்தப்பட்ட "கலாசார நுகத்தடிகள்." இங்கு "பெண் விடுதலை" என்ற சொல் சுட்டுவது அவளது விடுதலையை மாத்திரமல்ல, அவள் மீதான அழுத்தத்தை, வன்முறையைக் கைவிடுவதன் வழியாக ஒரு ஆண் அடையும் "சுதந்திர உணர்வு" என்பதையும் சேர்த்துத்தான். இந்த "ஆணின் சுதந்திர உணர்வு" ஏன் முக்கியம் என்றால், அது இல்லையென்றால், சாத்தியப்படும் நெகிழ்வுத்தன்மை "மானுட விடுதலையாகக்" கனியும் சாத்தியத்தை இழந்துவிடும் என்பதால்தான்.

அதனால்தான் "பெண் விடுதலை" எனும் சொல் அதன் பரந்துபட்ட அர்த்தத்தில் மானுட விடுதலையாகவும் பரிணாமம் கொள்கிறது. அதுதான் "பெண் விடுதலை சாத்தியம் இல்லாமல் மானுட விடுதலை சாத்தியம் இல்லை" என்கிற அரசியல் நிபந்தனைக் கருத்துநிலையாகவும் திரள்கிறது.

பெண்கள் மீதான அடக்குமுறைக் "கருத்தியல் திரட்சி" எங்ஙனம் சாத்தியப்பட்டது என்று ஆராயும்போது, இங்கு புழக்கத்தில் இருக்கும் "ஆண்மையச் சொல்லாடல்கள்" சுட்டும் விஷயங்கள் முக்கியத்துவம் பெறுகின்றன. அதில் முக்கியமானது body shaming மற்றும் name shaming சார்ந்தவை.

நமது "ஆண்மைய வசைகள்" அதன் அர்த்தப்பூர்வமான உயரத்தை எட்டுவது அவை "பெண்களின் புனிதத்துவத்தை நோக்கி" உமிழப்படும்போதுதான். "வேசி" என்னும் சொல்லின் "அவமான உணர்வு" அவள் பிறழ்ந்துவிட்டாள் என்பதில் அல்ல, "அவள் பிறழ்ந்தது குற்றம்" என்பதில் இருக்கிறது. "குற்றம்" என்று வருகிறபோதுதான் "நிறுவனம்" என்கிற அமைப்பு உள்ளே வருகிறது. இந்த முற்றுகையிலிருந்து ஒரு பெண் வெளியேற வேண்டுமென்றால், அவள் மீது சுமத்தப்பட்டிருக்கும் புனிதத்தில் இருந்து முதலில் அவள்

வெளியேற வேண்டும். அதுவே பெண்ணரசியலின் அடிப்படை. அதற்கு, பிறழ்வை குற்றப்படுத்தும் ஆண்மைய சொல்லாடல்களில் இருந்து அவள் தன்னை வெளியேற்றிக்கொள்ள வேண்டும்.

அவ்வாறு செய்யும் போது இரண்டு வினைகள் நிகழ்கின்றன. ஒன்று, அவள் தன் மீதான "கலாசார புனிதத்தை" உதறியெறிகிறாள். இரண்டாவது அந்த "கலாசார நுகத்தடியை" ஆணுக்கு மடைமாற்றும் அபத்தத்தைச் செய்யாமல், "தனது விடுதலையை மானுட விடுதலையாக" உயர்த்தும் வேலையையும் செய்துவிடுகிறாள்.

இந்த இடத்தில்தான் metoo போராளிகள் தடுமாறுகிறார்கள். நிகழவேண்டிய social proceessing இங்கு நிகழ்வதில்லை என்பதே எனது புகார். உதிரிகளின் வெற்றுச் சவடால்கள் "பெண்ணியப் பிரகடனங்களாக" முன்வைக்கப்படும் அபத்தம் அதனால்தான் நேர்கிறது. அதனுடன் பெண்ணியவாதிகளின் தன்முனைப்பும், highly defensive attitude-ம் சேர்ந்து கொள்ளும்போது, மாற்றுப் பார்வையை முன்வைப்பவர்கள் rapistகளாக முத்திரை குத்தப்படுகிறார்கள். சரி, நாம் விவாதத்துக்குத் திரும்புவோம்.

"பெண் விடுதலை" என்பது "மனிதகுல" விடுதலையாக மாறுகிற, அதை மாற்ற வேண்டிய பொறுப்பில் இருந்து பெண்ணியலாளர்கள் அவசர அவசரமாகத் தங்களை விடுவித்துக்கொள்கிறார்கள். ஏனென்றால், அப்படிப் பொறுப்பாக யோசித்தால், ஆணை மற்றமையாகப் பார்க்கும் சொகுசு இருக்காது. எதற்கு அந்த சொகுசு தேவைப்படுகிறது? அந்த சொகுசு இருந்தால்தான் "சுயபரிசோதனை" எனும் நிபந்தனையில்லாமல், யாரும் கேள்வி கேட்க முடியாத உயரத்தில் தங்களை வைத்துக்கொள்ள முடியும். "ஆண் என்றால் ஒடுக்குபவன், பெண் என்றால் ஒடுக்கப்படுபவள்" என்கிற இருமையைக் கட்டியமைத்துவிட்டு, நடந்த தவறுக்கு அடுத்தவனைக் கைகாட்டும் வேலையை மட்டும் செய்துகொண்டிருக்கமுடியும். குருட்டாம்போக்கில்கூட குற்றம் சுமத்தலாம். குற்றமற்றவன் என்று தன்னை நிரூபிக்கவேண்டியது அவனது பொறுப்பு என்றும் சொல்லலாம்.

"என்னதான் குற்றச்சாட்டுகளில் போலிகள் கலந்திருந்தாலும் அவர்களை நாம் சகித்துக்கொள்ளவே வேண்டும்" என்பது போன்ற அரைவேக்காட்டு ஆண் உளறல்கள் தோன்றுவது இங்கிருந்துதான். வெளிப்பார்வைக்கு இது ஏதோ முற்போக்கு போலத் தோன்றினாலும் அதன் உள்ளே உறைந்திருப்பது "பெண்ணைக் கொஞ்சம் கீழாகப்

ஜி. கார்ல் மார்க்ஸ்

பார்ப்பதும், அதனால் அவளைப் பராமரிக்கும் கடமை தனக்கு இருக்கிறது என்று நம்பும் பண்பும்தான்." மேலும் இத்தகைய ஆண் குரல் "பெண்ணை அவளது பொறுப்பிலிருந்து விடுதலை செய்வது போல பம்மாத்து செய்வதால்" இதற்கு பெண்ணியத் தரப்பிலிருந்து உடனே வரவேற்பும் கிட்டிவிடுகிறது.

இதன் உபவிளைவாக என்ன நேர்கிறது என்றால், தாங்கள் எதிலிருந்து வெளியேற வேண்டும் என்று விரும்புகிறார்களோ, எந்த கலாசார நுகத்தடியைக் கழற்றி எறிய விரும்புகிறார்களோ அதைச் செய்யாமல், அதை அப்படியே வைத்துக்கொண்டு ஒடுக்கும் தரப்புடன், ஒரு வித அதிகார மாற்றத்திற்கான பேரத்தில் ஈடுபடும் செயலாக பெண்ணிய எத்தனம் சீரழிந்து விடுகிறது. இதுதான் இந்தியப் பெண்ணியத்தின், அதாவது இந்திய உயர்சாதி மேட்டிமைவாதிகளால் முன்னெடுக்கப்பட்ட, முன்னெடுக்கப்படுகிற பெண்ணியத்தின் முட்டுச் சந்து. metoo அதன் சீரழிந்த வடிவத்திற்கு சிறந்ததொரு உதாரணம்.

இந்த பேர மனநிலைதான், "அவன் என்னிடம் தவறாக நடந்து கொள்ள முயன்றான்; ஆனால் நான் அதற்கு வாய்ப்புத் தரவில்லை; இதோ இந்தக் குற்றவாளியை உங்கள் முன்னால் வைக்கிறேன்; அவனை நிந்தியுங்கள்; சமூக விலக்கம் செய்யுங்கள்" எனும் போர்ப்பிரகடனமாகப் பொங்குகிறது. ஆனால், அதன் உள்ளே போய்ப் பார்த்தால், நமக்குக் கிடைப்பது பெண்ணடிமைத்தனத்தின் புழுத்த முடைநாற்றம்.

தனது கற்பு குறித்த புனிதத்தைத் தக்கவைத்தபடியே, அதாவது "கற்பு" எனும் இந்த ஆண்மையக் கருத்தாக்கத்துக்கு எந்த சேதமும் வந்துவிடாமலேயே, அதுவொரு கற்பனையான பெண்ணியப் போரை இங்கு நிகழ்த்துகிறது. கற்பு எனும் புனிதத்தை அது கைவிட்டுவிட்டால், metoo என்பது அதன் அடிப்படையான கவர்ச்சியையே இழந்துவிடும். உடல்மீதான வன்முறை என்பதாக அது சுருங்கிவிடும்.

இதைச் செய்வதில் இருந்து metoo ஆதரவாளர்களைத் தடுப்பது எது? கற்பு குறித்த கட்டுப்பெட்டித்தனம், மனித உறவுகள் குறித்த பத்தாம்பசலித்தனம், மிக முக்கியமாக ஒரு பகுதி பெண்ணியத் தரப்பு "தனக்குள் சாத்தியப்படுத்திக்கொள்ள முயல்கிற அதிகார மேட்டிமை நிலை" ஆகியவையே.

உதாரணத்துக்கு "எனக்கும் வைரமுத்துவுக்கும் பாலியல் உறவு நிகழ்ந்தது; அது அவர் பிரயோகித்த அழுத்தத்தின் வழியாகவே எனது சம்மதமில்லாமல் அது நடந்தது" என்று சின்மயி அறிவித்திருந்தால், இந்திய ஆண் மனம் என்றல்ல பெரும்பான்மைப் பெண்மனம், குறிப்பாக "உயர்சாதி ஆதிக்கப் பெண்மனம்" அவரை வேசி என்று தூற்றும் நிலைக்கே வந்தடையும். இப்படி ஒன்று நிகழுமானால், அதை நேர்மையாக எதிர்கொள்ளும் திராணியற்று, நமது இந்திய மேட்டிமைப் பெண்ணியம் பூடகமான வார்த்தைகளால் முட்டுக் கொடுத்தபடியே நகரும் என்பதே வரலாறு.

தனது கற்பு குறித்த, அதன் மீதான வன்முறை குறித்த எதார்த்தத்தை மறைத்தபடியே, அதன் புனிதத்துவத்தைக் கைவிடாமலேயே, விடுதலையை சாத்தியப்படுத்திக்கொள்ள முயலும் இந்தச் சூழல் நம் பெண்களுக்கு ஏன் வருகிறது? "அவமானப்படுத்தப்படுவோம்" என்கிற அச்சம். அதன் வழியாக ஒருவித "சமூக விலக்கம்" தமக்கு நேரும் என்கிற தயக்கம்.

ஆக அவமானப்படுத்தப்படுவதும், கலாசார புனிதத்துவத்தை அடிப்படையாகக் கொண்ட "சமூக விலக்கம்" என்பதும் பெண் விடுதலைக்கு எதிரான கருத்தியல் என்று ஆகிறது. ஆக, விடுதலையை சாதிக்க முயலும் ஒரு தரப்பு - நமது பெண்ணியத் தரப்பு - "அவமானப்படுத்துவதையும், சமூக விலக்கம் செய்வதையும், இன்னொரு தரப்புக்கு எதிரான போராட்ட ஆயுதமாக எங்ஙனம் வரித்துக்கொள்ள இயலும்? metoo அதைத்தானே செய்ய முயல்கிறது? அதனால்தான் metoo-வின் கோட்பாட்டு அடித்தளத்தை நான் நிராகரிக்கிறேன். அது விடுதலைக்கு எதிரான வழிமுறை என்கிறேன்.

மேலும், நடக்கும் வன்முறையை உண்மையாக வெளிப்படுத்தி, "கற்பு" எனும் ஒடுக்குமுறைச் சொல்லாடலை உடைத்தெறியும் வாய்ப்பை இழந்துவிட்டு, அதை மேலும் மேலும் இறுகச் செய்கிற "அவன் முயன்றான்... நான் தப்பித்துவிட்டேன்" போன்ற போலிச் சொல்லாடல்களை ஏன் நமது பெண்ணியம் உற்பத்தி செய்கிறது?

இந்த ஊசலாட்டம் எங்கிருந்து வருகிது என்றால், நமது பாரம்பரியப் புனிதம் குறித்த உயர்சாதிகளின் கனவிலிருந்து வருகிறது. அந்தப் பாரம்பரியத்துக்கு உரிமை கோரும் தரப்பே இந்த குழப்பச் சொல்லாடல்களை உற்பத்தி செய்கின்றன. அதையே பெண்ணியம் என்றும் இங்கு நிறுவுகின்றன.

ஜி. கார்ல் மார்க்ஸ்

ஏனெனில் "கற்பு" எனும் சொல் ஆணால் மட்டுமல்ல, பெண்களுக்குள்ளேயே ஒரு தரப்பு இன்னொரு தரப்பை ஒடுக்குவதற்குப் பயன்படும் ஒன்றாக இருக்கிறது. பெண்களுக்குள்ளேயே மற்றமை உருவாக்கத்தை இந்த கற்பு எனும் சொல் உற்பத்தி செய்கிறது. "கற்பின் மீதான தாக்குதல்" என்பதை பெண்ணியத்துக்கான ஒரு நிபந்தனையாக வைத்தால், இங்கு நிகழும் ஊளைச் சத்தம் பாதி அடங்கிவிடும். அதை ஏன் நிபந்தனையாக வைக்கவேண்டும் என்று கேட்டால், நிகழும் வன்முறைக்கு, கற்பு, புனிதம் போன்ற தேய்வழக்குகளுக்குப் பெரும் பங்கிருக்கிறது.

ஒரு பகுதி பெண் தரப்பு நடுவிரல் நகத்தை இழக்க, மற்றொரு பகுதி ஆண் தரப்பு ரேகைகளை அழித்துக்கொள்ள, இருவருக்குமிடையே கற்பும், தூய்மைவாதமும் சம்மணம் போட்டு உட்கார்ந்திருக்கிறது. அவற்றை அப்புறப்படுத்த முயலாமல், இரண்டு தரப்பினரும் ஓயாத சச்சரவில் ஈடுபடுவதை நமது பாரம்பரியம் உறுதி செய்கிறது. இந்த வன்முறையின் இன்னொரு அலகாக metoo மாறுவதை சமூக ஊடகங்கள் ஊக்கப்படுத்துகின்றன. உதிரிகளின் உபதேசம் காதைப் பிளக்கிறது. இந்த metoo movement அதன் நீண்ட காலப் போக்கில் சாதிக்கப் போவது, இரண்டு தரப்புக்கும் இடையிலான பிளவைத்தானே ஒழிய இணக்கப்பாட்டை அல்ல. ஏனெனில் அதன் ஊடுபாவாக இருக்கும் அதிகாரக் கண்ணிகள் அத்தகையவை!

— அக்டோபர் 14, 2018

*

24

பரியேறும் பெருமாள்

சினிமா என்பது இங்கு மதம். அதிலும் மாற்று சினிமா என்று வந்துவிட்டால் அது சமூக ஊடகங்களின் மதமாகவும் வரித்துக்கொள்ளப்படும். இந்தப் படம் ஒரு வணிக சினிமாவுக்கும் மாற்று சினிமாவுக்கும் இடையில் நிற்கும் படமாக இருக்கிறது. அதையும் கடந்து, அரசியலுக்கும் அரசியலின்மைக்கும், கலைக்கும் அதன் போலித்தன்மைக்கும் இடையில் நிற்கும் படமாகவும் தன்னைப் பொருத்திக்கொள்கிறது. இந்த சினிமா குறித்து இதுவரை எழுதப்பட்டவற்றையெல்லாம் நான் கவனமாக வாசித்தேன். அவற்றை இவ்வாறாக தொகுத்துக் கொள்ளலாம்.

"இதுவொரு தலித் சினிமா; தலித்துகளின் மீதான ஆதிக்க சாதிகளின் வன்முறையைச் சொல்கிறது; தாம் அடங்கிப் போகப் போவதில்லை எனும் பிரகடனத்தை அது முன்வைக்கிறது; மேலும் ஒடுக்கும் தரப்பை நோக்கி மிக வலுவான கேள்விகளை முன்வைக்கிறது" என்பதான அவதானங்கள்.

முதலில், பரியேறும் பெருமாள் திரைப்படம் இதுவரை சொல்லப்படாத, திரையில் காண்பிக்கப்படாத ஒடுக்கப்பட்ட மக்களின் நிலவியலை நம்முன் காட்சிப்படுத்துகிறது என்பதை ஒத்துக்கொள்ளவேண்டும். அந்த வகையில் தனது ரத்தத்துடன் கலந்துவிட்ட மண்ணின் மீது அது காலூன்றி நிற்கிறது. அங்கிருந்துகொண்டு அதுவொரு அரசியலைப் பேச முயல்கிறது. ஆக, குறிப்பிட்ட பிராந்தியத்தின் வாழ்வியலை காட்சிப்படுத்துவதன் வழியாக, இதுவரை சொல்லப்பட்ட சினிமா மொழியில் இருந்து, சொல்லப்பட வேண்டிய சினிமா மொழியை நோக்கி நகர்வதாக தோற்றம் கொள்கிறது.

இந்த எதார்த்தத்தை நோக்கி நகர்ந்த வகையில், இயக்குனர் மாரி செல்வராஜ், தனது இடத்தை உறுதி செய்தவராகிறார். ஆனால்

இதுவொரு கலைப்படைப்பாக நிலை பெறுகிறதா, அதன் வழியாக அதன் அரசியல் பிரக்ஞையை எட்டுகிறதா என்றால் இல்லை என்பதே எனது அவதானம். ஏனென்றால், இது ஒரு தரப்பை மட்டுமே கையில் எடுத்துக்கொண்டு கூச்சலிடுகிற பிராந்திய அரசியல் சினிமாவாக தன்னை சுருக்கிக் கொள்கிறது என்பதும், அந்த நிலைப்பாட்டின் வழியாக, அது அடைய சாத்தியமுள்ள கலைத்தன்மையை அடையாமல் தோற்கிறது என்பதுமே அதற்குக் காரணம்.

இதுவொரு அரசியல் சினிமா என்ற வகையில் தனது அரைவேக்காட்டு அரசியல் புரிதலின் வழியாக, படைப்பின் கலைத்துவத்திலும் உடைப்பை ஏற்படுத்திக்கொண்டு, பார்வையாளனின் குற்றவுணர்ச்சியை மட்டுமே நம்பி நிற்கும் சினிமாவாக நின்றுவிட்டது என்பதே இந்தப் படத்தின் மீதான எனது விமர்சனம். இதன் பொருள், தலித் அடையாளத்தை வெறும் வியாபாரப் பொருளாக அது கடைவிரிக்கிறது என்பதல்ல. பல காட்சிகளில் மிகக் காத்திரமாக படம் அவற்றை அணுகுகிறது. தாம் தலித்தாக இருப்பதால் மட்டுமே உணர சாத்தியமுள்ள நுணுக்கமான வன்முறைகளை அதன் வேரோடு அகழ்ந்து நம்முன் வைக்கவும் செய்கிறது.

இந்த நேர்மறை அம்சங்களைக் கடந்து சில குறிப்பான விஷயங்களை இந்தக் கட்டுரையில் நான் கவனப்படுத்த விரும்புகிறேன்.

இந்த உரையாடலின் போக்கில், நமக்கு சில முக்கியமான கேள்விகள் வரக்கூடும். ஒரு தலித் படைப்பாளி, தனது தரப்பின் சினிமாவை அது ஒற்றைத் தன்மையாக இருந்தாலும் கூட, அவ்வாறு எடுப்பதில் என்ன பிழை? இங்கு எடுக்கப்படும் மற்ற சினிமாக்கள், தமது பிரக்ஞைக்கு எட்டாவிட்டாலும்கூட, ஓர் ஆதிக்க சாதி ஆண் சினிமாவையே எடுத்துக் கொண்டிருக்கையில், ஒடுக்கப்பட்ட தரப்பிலிருந்து எடுக்கப்படும் சினிமாவுக்கு கறாரான அளவுகோல்கள் தேவையா? அவை தன்னளவிலான போதாமையைக் கொண்டிருப்பது இயல்புதானே? "சினிமாவின் அழகியல்" என்று சொன்னால், தனக்கான எந்த சொகுசையும் இதுவரைக் கொண்டிருக்காத ஒரு சமூகம், தனது கலையில் மாத்திரம் எங்ஙனம் ஓர் அழகியலைக் கைகொள்ளமுடியும்?

விலகி நடக்கும் சொற்கள்

மேற்கண்ட கேள்விகள் மிக முக்கியமானவை. இந்த படத்தைக் குறித்து விதந்தோதும் மனப்பாங்குடன் எழுதப்பட்ட பல விமர்சனங்களின் அடிப்படை இதுவாகவே இருந்தது. ஆங்காங்கு சில முனகல்கள் இருந்தன. அவை ஆதிக்க சாதியின் பெருமூச்சாக உருவகிக்கப்பட்டு புறந்தள்ளப்பட்டன. நான் சொல்வது சமூக ஊடகங்களின் எதிர்வினையைப் பற்றியே. நிஜ சமூகத்தில் கொஞ்சம் வேறுமாதிரி இருக்கலாம்.

முதலில், இந்தப்படம் பெரும்பான்மை சமூகத்திற்குப் பிடித்ததற்கு என்ன காரணம்? ஒடுக்கும் தரப்பு மற்றும் ஒடுக்கப்படும் தரப்பு என்ற இருமைகளை தொடக்கத்திலேயே படம் கட்டமைத்து நிறுவுகிறது. அங்கிருந்தே தனது பயணத்தைத் தொடங்குகிறது. இது வணிக சினிமாவின் உத்திதான். நல்லவன் கெட்டவன் எனும் உத்தி. இங்கு சாதி ரீதியாகக் கீழுள்ளவன் மற்றும் அவனை ஒடுக்குவதன் வழியாக மேலுள்ளவன் எனும் கணக்கீடு நிறுவப்படுகிறது. ஆக பார்வையாளன் தனக்கு பழக்கப்பட்ட வழித்தடத்தில், சாதி எனும் மற்றொரு கிளுகிளுப்பான சங்கதியோடு படத்துடன் இணைந்துகொள்கிறான். மீதியுள்ளவை அனைத்தும் ஒரு வணிக சினிமாவின் ஃபார்முலாவோடு நடந்தேறுகிறது.

ஒடுக்கப்பட்டத் தரப்பிலிருந்து கல்வியின் மூலம் அதிலிருந்து வெளியேற விரும்பும் ஒருவன், நிலவும் ஆதிக்க சாதி வன்முறையின் வழியாக எதிர்கொள்ளும் பிரச்சினைகளே படத்தின் மையச் சரடு. அதையொட்டி அமைக்கப்பட்டிருக்கும் சில அழுத்தமான காட்சிகள். பிறகு படம் முழுக்க நிரவப்பட்டிருக்கும் வணிக சினிமாக் காட்சிகள். அவற்றில் பெரும்பான்மை பார்வையாளனை உணர்வு ரீதியாகச் சுரண்டும் மசாலாத்தன்மை கொண்டவை. அவனது கண்ணீரைக் கோரி நிற்பவை.

படத்தில் காட்டப்படும் நிலவியல் தன்மைக்குப் பொருந்தாத, எங்கிருந்தோ கொண்டு வந்து நடப்பட்டதைப் போன்ற நாயகன். நாயகி அதை விட அபத்தம். சாதி குறித்த எந்தப் புரிதலும் அற்ற ஒரு மொன்னை தேவதை அவள். தமிழ் வணிக சினிமாவின் வெற்றிக்குத் தேவைப்படும் அதே சாயலுள்ள அரை வேக்காட்டுப் பெண் பாத்திரம். மாறாக, நாயகனுக்கு சமூகப் பிரக்ஞை இருக்கிறது. தான் தலித் என்பதால் தனக்குள்ள இடம் எது என்பது குறித்த புரிதல் இருக்கிறது. "இது எப்போதும் மாறப்போவதில்லை, நீங்கள் எங்களை நாயாக நடத்துவது தொடர்ந்துகொண்டிருக்கும் வரை இங்கு எதுவும் மாறப்போவதில்லை" என்கிறான். மேலும், இது எதுவுமே

ஜி. கார்ல் மார்க்ஸ்

தெரியாமல், தரையில் கால் பாவாமல் துள்ளிக்கொண்டிருக்கும் நாயகியின் மீது பிரமிப்புடன், “அவள் அப்படியே இருக்கட்டும்...” என்று நினைத்து விம்மவேறு செய்கிறான். அடப்பாவிகளா...!

நான் மிக எளிதான ஒரு கேள்வியைக் கேட்கிறேன். ஒரு தேவர் சாதிப் பெண்ணுக்கு தனது சாதித் திமிரின் வீரியம் தெரியாது என்று காட்சியமைக்கும் அழுத்தத்தை தலித் படைப்பாளிகளுக்கு எது தருகிறது? அவளது தேவதை உருவாக்கம் என்பது அவள் சாதி பற்றி தெரியாமல் இருப்பதிலா அல்லது அதைக் கடந்து நிற்பதிலா? இந்தத் தடுமாற்றத்தின் கண்ணியைத் தொடர்ந்தால் இந்த சினிமாவின் அபத்தங்கள் நம் கண் முன்னால் விரிந்துகொண்டே போகின்றன. ஒரு கட்டத்தில் நமது குற்றவுணர்ச்சியைத் தூண்டுவதன் வழியாகவே இது தனக்கான வெற்றியை சாதிக்க முயல்கிறது என்பது புரிகிறது.

இந்த சராசரித்தனத்தின் வழியாக இது இரண்டு தவறுகளைச் செய்கிறது. ஒன்று, தலித் வாழ்வியல் என்பதையே கீழான ஒன்றாக உருவகித்து நம்முன் நிறுத்துகிறது. இது கிட்டத்தட்ட, உணவு மேசையையே மலக்கிடங்காக மாற்றிக் காட்டிய வசந்த பாலனின் அங்காடித் தெரு சினிமாவை ஒத்த காட்சியமைப்பு.

இரண்டாவது, நாங்களும் ஏர் பிடித்த, வாள் பிடித்த ஆண்ட பரம்பரைதான், இப்போது இப்படி ஆகிவிட்டோம் என்ற சுய நிந்தனையாக தமது இருப்பை உருவகித்து ஒடுக்குபவனிடம் ஒருவித உரையாடலை அது முன்வைக்கிறது. அப்படிச் சொல்வதன் வழியாக ஒருவித கற்பனையான, தற்காலிகமான ஒடுக்குமுறையே இங்கு இருக்கிறது என்பதான தோற்றத்தை, உள்ளீடற்ற அரசியலை, அது ஏதோ தீவிரமான ஒன்று போல பார்வையாளனிடம் முன்வைக்கிறது. இவையிரண்டும் படத்தின் கலை மற்றும் அரசியல் ரீதியான தோல்விகள்.

ஏன் இந்தத் தடுமாற்றம் நிகழ்கிறது?

முதலில் படத்தின் காட்சியமைப்புகள். ஒரு தலித் கிராமத்தின் மீது, ஒரு மாநகரச் சேரியின் அரசியல் வழிமுறையை சூப்பர் இம்போஸ் செய்யும் தன்மையை அவை கொண்டிருக்கின்றன. ஒரு திருநெல்வேலி தலித் கிராமத்தை அதன் வாழ்க்கை என்று வருகிறபோது மாரிசெல்வராஜின் கண்கள் வழியாகவும், அதன் அரசியல் என்று வருகிறபோது, ரஞ்சித்தின் கண்கள் வழியாக பார்ப்பதால் வரும் அபத்தம் இது. தனது கலைத்தன்மையின் வழியாக ஒரு திரைப்படம் அரசியல் விழிப்புநிலையை எட்டவேண்டுமே

தவிர, இரண்டையும் சம விகிதத்தில் கலந்து காக்டெய்ல் போலப் பரிமாறுவதால் அல்ல. அதனால்தான் இந்தப் படத்தின் மீது பொருந்தாத வண்ணத்தில் அதன் அரசியல் மிதந்துகொண்டிருக்கிறது. பார்வையாளன் அதை ஊதி விலக்கிவிட்டுக் குடிக்கிறான். கண்ணீர் சொரிகிறான். அதுவே படத்தின் வெற்றியாக இங்கு விதந்தோதப்படுகிறது.

“சாதிய ஒடுக்குமுறை” என்பதை தவிர்த்துவிட்டுப் பார்த்தால், ஒரு திருநெல்வேலி கிராமத்து தேவரின் வாழ்வும், ஒரு பள்ளரின் வாழ்வும், ஒரு பிள்ளையின் வாழ்வும் அதன் சாராம்சத்தில் ஒன்றுதான் என்பதை நாம் புரிந்துகொள்ளமுடியும். ஆனால், இந்த மூன்று தரப்பும் ஒரு மாநகரச் சேரியின் தலித் வாழ்க்கைக்குள் பிரவேசிக்கமுடியாது. இப்படியாக எல்லா தரப்பும் அதனதன் நுணுக்கமான வேறுபாட்டுடன் தனது வாழ்வை நகர்த்துகின்றன. இந்தப் படம் எல்லா உணர்வுகளையும் ஒரே குடுவைக்குள் போட்டுக் குலுக்க முயல்கிறது. அதன் வழியாக ஒருவித தலித் ஒற்றையாக்கத்தை சாதிக்க முடிகிறது. அதனால்தான் நிலவியல் ரீதியான ஒரு அரசியல் நம்பகத்தன்மை படத்தில் இல்லாமல் போகிறது. இந்த ஒற்றையாக்க முன்னெடுப்பு ஏன் நடக்கிறது என்றால், அதன் வழியாக ஒரு தலித் ஒன்றிணைவை சாதிக்க முயல்வதால். காட்சி ரீதியான ஒருங்கிணைவு பல இடங்களில் மோசமாக இருக்கிறது. அந்த ஒருங்கிணைவைக் குலைக்கும் மற்றொன்று சந்தோஷ் நாராயணனின் இசை. அதில் வெளிப்படும் கையறு நிலையின் ஊளை ஆபாசத்தின் உச்சம். ஜிகினா இசையின் இன்னொரு வடிவம் இது.

தலித் சினிமா என்றால் என்ன?

தலித் சினிமா என்பதன் அடிப்படை, முதலில் அதுவொரு தலித் வாழ்வியலை அதன் எதார்த்தத்துடன் சொல்ல முயலும் சினிமா என்பதாகவே இருக்கமுடியும். இதை “ஒடுக்கப்படும்” எந்த தரப்புக்கும் சேர்த்தேகூட புரிந்துகொள்ளலாம். இங்கு எதார்த்தம் எனும் சொல் சுட்ட முயல்வது, தலித் வாழ்வின் கொண்டாட்டம், அதன் வன்மம், அதன் கோபம், அதன் அழகியல், இவற்றுடன் அது மற்ற சமூகங்களுடன் கொண்டிருக்கும் உறவு, அதன் வழியாக அங்கு செயல்படுகிற ஆதிக்கம், அதனால் விளையும் தன்னிலைச் சிதறல்கள், ஆதிக்க சக்திகளுக்கு அதிகாரத்துடன் இருக்கும் இணக்கம், அதிகாரம் எனும் சொல் மதத்துடன் கொண்டிருக்கும் ஆழமான பிணைப்பு, அதன் வழியாக இறுக்கமடையும் ஒருவித மேல் கீழ் படிநிலை உருவாக்கம், மேலிருந்து வரும் ஆதிக்கத்துக்கு

முகம் கொடுக்கும்போது வரும் துயரத்தின் வடிகாலாக, சொந்த சமூகத்திற்குள் பாலின ரீதியாக அது கைகொள்ளும் அடக்குமுறை இவை எல்லாமும்தான் தலித் வாழ்வியல்.

இதிலிருந்து, இந்த சாரத்திலிருந்து தனக்கான கதையை, காட்சி மொழியை உருவாக்கிக்கொள்ளும் சினிமாவே தலித் சினிமா என்ற அடையாளத்துக்குள் வரமுடியும். மாறாக இந்த முரணில் ஏதாவது ஒன்றை எடுத்துக்கொண்டு, அதை இன்னும் கூர்மைப்படுத்தும் சீண்டல் மொழியைக் கைகொள்வதன் வழி, ஒரு மேல்நிலையாக்கத்தைக் கனவு காண்பதாக தன்னை முன்வைக்கும் படைப்பு, இங்கு நிலவும் வன்முறைக்குப் பங்களிக்க முடியுமே தவிர கலையின் ஆதாரமான நெகிழ்வை நிபந்தனையாக்கும் வேலையைச் செய்யமுடியாது. உரையாடலுக்கும் சவாலுக்கும் அரசியலில் வேறு பொருள். கலையில் அதன் அர்த்தம் வேறு. இது இரண்டையும் போட்டு குழப்பிக்கொண்டிருக்கிறது பரியேறும் பெருமாள். அதனால்தான் ஒரு தலித் அடையாளத்தைத் தனக்குள் பொதிந்து வைத்துக்கொண்டிருக்கிற இன்னுமொரு வணிக சினிமாவாக அது நிற்கிறது.

நல்ல வணிக சினிமாவுக்கான முகாந்திரமாவது படத்தில் நிறைந்திருக்கிறதா என்றால் அதுவும் இல்லை. அவ்வளவு கற்பனை வறட்சி. ஒரு சிறுநகரின் கல்லூரியை அப்படியே கண்முன் காட்டுவதல்ல மாற்று சினிமா. அதைத்தான் தினமும் பார்க்கிறோமே, அதில் என்ன சுவாரஸ்யம் இருக்கிறது. அதுவும் கதாநாயகனுக்கு ஆங்கிலம் தெரியாதது, கதாநாயகி அதைச் சொல்லிக்கொடுத்து அவனைப் பாஸாக்குவது எல்லாம் எவ்வளவு டொக்கான ஸீன்கள்? ஆனால் இதையெல்லாம் நாம் குறையாகப் பார்க்கக்கூடாது என்பது, இந்த படம் தலித் அரசியலைப் பேசுகிறது என்பதற்கான சலுகையாக இருக்கமுடியுமா என்ன?

ஒரு தலித் குடிசையை, அதன் எதார்த்தத்தோடு அறிமுகப்படுத்தியிருக்கும் ஒரு தமிழ்ப் படம் உண்டா நம்மிடம்? கூழாங்கல்லை வைத்து தீற்றப்பட்ட தரையும், ஒன்றிரண்டே ஆனாலும் முகம் தெரியுமளவுக்கு பளிங்கு போல கழுவி கவிழ்த்து வைக்கப்பட்டிருக்கும் பாத்திரங்களும் தலித் அழகியலில் சேராதா? வயலில் இருந்து கரையேறும் போது கையோடு பொறுக்கி வரும் நத்தையும், நண்டும், அந்தியில் மணக்கும் குழம்பில் பரவச் செய்வது தலித் அழகியல் கூறுகளில் ஒன்றில்லையா? எங்களுடையது ஏர் பிடித்த கைகள், வாள் உயர்த்திய கைகள் என்பதில் இருக்கும்

பெருமிதம் இதைக் காட்சிப்படுத்துவதில் இல்லையென்றால் அதை எப்படிப் புரிந்துகொள்வது? எந்த ஆதிக்க சாதிப் பெண்ணையும் விட எல்லா விதத்திலும் ஒரு பறைச்சி சுகாதாரமானவள் என்பதைச் சொல்லும் ஒரு சினிமாவை ஒரு கள்ளனோ, கவுண்டனோ, வன்னியனோ எடுக்க முடியாதுதான். ஆனால் அதை ஒரு பறையனோ, பள்ளனோ எடுப்பதைத் தடுப்பது எது? இந்த தாழ்வுணர்ச்சியின் குழியிலிருந்து மேலேறிய ஒரு கலைஞனுக்காக தமிழ் சினிமா இன்னும் எத்தனை வருடங்கள் காத்திருக்கவேண்டும்?

இந்தக் கேள்விகளை எதிர்கொள்ள மறுக்கும் எவனும் ஒரு தலித் சினிமாவை எடுக்க முடியாது. நான் சொல்ல வருவதன் பொருள், நிலவும் மோசமான தலித் வாழ்வை ரொமான்டிசைஸ் செய்து படம் எடுக்கவேண்டும் என்று பரிந்துரைப்பதல்ல. மாறாக ஒரு தலித் வாழ்வை பார்வையாளனுக்கு அதன் அப்பட்டமான தன்மையோடு அறிமுகப்படுத்துவது. அதைச் செய்யவேண்டுமெனில், முதலில் அந்த வாழ்வின் கூறுகளை மட்டுமே உள்ளடக்கிய கதைக்குள் ஒரு படம் பயணிக்க வேண்டும். அந்த வாழ்க்கைக்குள் ஊடுருவும் வன்முறையாக ஆதிக்க சாதி மனநிலையைப் பிரதிநிதித்துவப்படுத்தும் காட்சிகளாக அது விரியவேண்டும்.

அவ்வாறு செய்யாத பட்சத்தில், இத்தகைய படங்களைப் பார்க்கும் பார்வையாளன், அந்தப் படத்துக்கு வெளியே நின்று கொண்டு, அந்தத் துயரத்தைக் கண்டு இரண்டு சொட்டு கண்ணீர் விடுவான்.

மின்சார ரயிலைப் பிடிக்க ஓடுகையில், வழியில் அமர்ந்திருப்பவர்களின் தட்டில் சில்லறைக் காசுகளை வீசி எறிவதற்கும், கறுப்பிக்காக கண்ணீர் விடுவதற்குமான வேறுபாடு இல்லாமல் போவது அதனால்தான். இத்தகைய தற்காலிகக் கிளுகிளுப்பை சாத்தியப்படுத்தும் படங்களைத்தான் நாம் வணிக சினிமா என்கிறோம். இந்தப் படமும் அதையேதான் செய்கிறது. ஆனாலும் "தலித் அடையாளத்துடன் கூட ஒரு விக்ரமன் படம்தான் இது" என்று கடந்துவிடாமல் நம்மைத் தடுக்கும் சில அழுத்தமான காட்சிகள் படத்தில் இருக்கின்றன. அதுவே இப்படம் குறித்து என்னை எழுதத் தூண்டுகிறது.

வேட்டி உருவப்பட்டு, சாலையில் உருட்டிவிடப்பட்டு அவமதிக்கப்பட்ட தகப்பனின் மருத்துவமனைக் கட்டிலுக்கு அருகே கத்தியுடன் உட்கார்ந்திருக்கும் மகனிடம் அவன் அம்மா

பேசும் இடம் இதற்கொரு சான்று. இதுவொன்னும் அவருக்கு புதுசு இல்லையேடா...? எத்தனையோ தடவை நடந்திருக்கு...? ஒரு தலித் சினிமாவிற்கேயுரிய மினுங்கும் காட்சி அது. அவ்வளவு எதார்த்தத்துடன் இருக்கிறது. ஆனால் அந்த இடத்திலும்கூட நாயகனின் இடம் வணிக சினிமாவின் எல்லைக்குள்ளேயே சிக்கிக்கொண்டு தவிக்கிறது. இது அந்த நாயகனுக்கு மாத்திரமல்ல படம் முழுக்க இயக்குனருக்கும் அங்ஙனமே நேர்கிறது.

ஆயினும் ஒரு நல்ல சினிமாவைத் தரும் சாத்தியங்கள்கொண்ட இயக்குனர் எனும் நம்பிக்கையை மாரிசெல்வராஜ் நமக்கு நிறைய இடங்களில் உணர்த்துகிறார். அந்த வகையில் நமக்கு மிகப்பெரிய ஆறுதல்!

– நவம்பர் 3, 2018

*

25
குடி: களிப்பும் கைவிடுதலும்

இந்த முறை நண்பர்களுடன் குடித்தபோது, குடியின் தீவினைகள் பற்றி எழுதவேண்டும் என நினைக்கிறேன் என்றேன். என்னை ஆச்சர்யமூட்டும் விதமாக, "ஆமாம், கண்டிப்பாக இதை எழுதவேண்டும்" என்று அவர்களும் சொன்னார்கள்.

ஆக, இந்த உரையாடலைத் தாண்டி இதை எழுதுவதற்கு மிக நேரடியான ஒரு காரணம் இருக்கிறது. அது, குடிகாரர்களுக்கும் குடிநோயாளிகளுக்குமான இடைவெளிகள் வேகமாக அழிந்து வருகின்றன என்பதே. மேலும், குடிப்பது குறித்த வசீகரமான எண்ணங்கள் நிறமிழந்து வருகின்றன. இதைப் படிக்கத் தொடங்கும் உங்களுக்கு ஆச்சர்யமாக இருக்கலாம். ஏனெனில் எனது விடுமுறை ஒன்றில்கூட குடி இல்லாமல் இல்லை. அது குறித்த புகைப்படங்கள் இல்லாமல் இல்லை. குடியற்ற கேளிக்கைகளே என் வாழ்வில் இல்லை. ஆனால், இப்போது அதுவொரு எல்லையை அடைகிறது என்று அனுமானிக்கிறேன்.

அதற்கு முக்கியமானதொரு காரணம், "நான் குடிகாரன் மட்டுமே என்று தன்னை உக்கிரமாக முன்வைக்கும் எனது நண்பர்களில் பலர் குடிநோயாளிகளாக இருக்கிறார்கள்" என்பதே. இதன் பொருள் நான் யோக்கியன் என்பது அல்ல. எனது அந்தரங்கமான பதட்டங்கள் குறித்த புரிதல் உள்ளவன் நான். மது எனக்கு அறிமுகமாகி பதினைந்து ஆண்டுகளுக்கு மேல் ஆகிறது. கிட்டத்தட்ட அதே காலகட்டத்தில்தான் புகைப்பதும் தொடங்கியது.

எனது பணிச்சூழலின் காரணமாக மூன்று மாதத்துக்கு ஒரு முறையோ அல்லது ஆறு மாதத்துக்கு ஒரு முறையோ விடுப்பில் வரும்போதுதான் குடிக்க வாய்க்கிறது. ஆனால் புகை அப்படி அல்ல, கிட்டத்தட்ட பதினைந்து ஆண்டுகள் அது கூடவே வந்துகொண்டிருந்தது. நிறுத்தி இரண்டாண்டுகள் ஆகிறது. எப்போது

ஜி. கார்ல் மார்க்ஸ்

வேண்டுமானாலும் அதை திரும்ப எடுக்கும் சாத்தியம் உண்டு, அந்த நினைவுகள் முழுதும் அற்றுப் போவதற்கு நீ இன்னும் மூன்று வருடமாவது காத்திருக்கவேண்டும் என்று சொல்கிறான் நண்பன். அதில் உண்மை உண்டு என்று எனக்கும் தெரிகிறது.

எனது நண்பர்களுக்கு இந்த கொடுப்பினை இல்லை. அவர்கள் மதுவோடு வாழ விதிக்கப்பட்டிருக்கிறார்கள். மேலும் நமது ஊரில் கிடைப்பது மதுவே அல்ல. விஷம். அதில் எந்தக் கொண்டாட்டமும் இல்லை என்று புரிகிறபோதுதான் அதில் சிக்கிக்கொண்டிருப்பது புரிகிறது.

எப்போது சந்தித்தாலும், தீவிர இலக்கியம், தீவிர அரசியல் என்று காத்திரமாகப் பேசிக்கொள்ளும் எங்களது நண்பர் குழாமில், குடிப்பது குறித்து இந்த முறை நிறைய பேசினோம். எனக்கு அதிர்ச்சியளிக்கும் வகையில் அவர்கள் தலை குனிந்து கொள்கிறார்கள். ஆமாம், “இதில் இருந்த கேளிக்கையுணர்வு வடிந்துவிட்டது, இப்போது வெறும் நோயாக மட்டுமே அது எஞ்சி நிற்கிறது” என்பதே அதன் பொருள்.

அதனால்தான் இதை எழுதவேண்டும் என்று நினைத்தேன். எனக்கு குடிப்பது பிடிக்கும். போதையில், கைமீறிப்போன எந்தத் தவறையும் நான் செய்ததில்லை. இதை நீங்கள் இவ்வாறாகப் புரிந்துகொள்ளவேண்டும், அதாவது நான் நிதானத்தில் இருக்கும்போது செய்த தவறுகளை விட பெரிய தவறை போதையில் செய்ததில்லை.

கல்லூரி இறுதியாண்டு தொடங்கி வேலையில்லாமல் உழன்று கொண்டிருந்த காலமே மிகத் தீவிரமாக வாசித்த காலம். ஆனால் அதை சாத்தியப்படுத்தியது அதே காலத்தில் என்னுடன் இருந்த நண்பர்கள். குறிப்பாக கனகு, சரவணன், இளங்கோ ஆகியோரைச் சொல்லலாம். ஒரு நாளைக்கு இருநூறு முதல் ஐநூறு பக்கங்கள் வரை படிப்போம். அதே தீவிரத்துடன் அது குறித்து விவாதிப்போம். உணவோ தேநீரோகூட தேவைப்பட்டதில்லை. விழுமியங்கள் குறித்த தீவிரம் இருந்தது. கற்பனாவாதம் மிஞ்சியிருந்தது. அற்ப விஷயங்களின் மீது கூட பிரமிப்பு இருந்தது. இப்போது யோசித்துப் பார்க்கையில் அந்த தீவிரத்திற்கு அந்த வயதும் கூட ஒரு காரணம் என்று தோன்றுகிறது.

எங்களுக்கு மது எப்போது அறிமுகமானது இப்போதும் நன்றாக நினைவிருக்கிறது. எங்களுக்கு அது அறிமுகமான காலத்திலேயே, கனகு அதற்கு அடிமை ஆகியிருந்தான். போதையை

அடையும் பொருட்டு அவன் கைகொண்ட சில்லறை சாகசங்கள், சாத்தியப்படுத்திய அதீத மனிதம், அவன் நிராகரித்த சராசரித்தனம் யாவுமே எங்களுக்குள் ஒருவித சாகஸ உணர்வை விதைத்தன. அது மதுவை விட பெரும் போதையாக எங்களுக்குள் கிளைத்து வளர்ந்தது. ஆனால் மிக நுணுக்கமாக நாங்கள் தவறவிட்ட புள்ளி ஒன்றும் அதனூடாக இருந்திருக்கிறது.

அது, "எங்களது பொறுப்பில் இருந்து நாங்கள் எங்களை வெளியேற்றிக்கொண்டது." எங்களது பொறுப்பைக்கூட நாங்கள் "லௌகீக அற்பத்தனம்" என்று வரையறுத்துக்கொண்ட அபத்தத்தைச் செய்தவர்களானோம்.

இங்கு "நாம்" என்று சொல்லிக்கொள்வது கூட ஒரு விதத்தில் பொய். ஏனெனில் எனது நண்பர்களின் சுபாவத்தை வரித்துக்கொள்ளும் சொகுசு எனக்கு இல்லாமல் இருந்தது. நான் சம்பாதித்தே ஆகவேண்டியிருந்தது. எனக்கென்று சில கடமைகள் இருந்தன. அது மட்டும் இல்லையென்றால் நான் என் நண்பர்களைக் கடந்து போய் எப்போதோ அந்த சுழலில் குதித்திருப்பேன். அது மட்டுமா காரணம் என்று இந்த முறை பேசினோம். இல்லை. மறுபரிசீலனை செய்வதை மனமுவந்து செய்பவனாக நான் இருந்திருக்கிறேன்.

மேலும், நான் அவர்களுடன் சேர்ந்துவிடுவதை நண்பர்களும் விரும்பாமல் என்னைத் துரத்தி விட்டிருக்கிறார்கள். ஏனெனில் பணம் சம்பாதிக்கும் சாத்தியம் உள்ள ஒருவனாக என்னை அவர்கள் இனம் கண்டு கொண்டிருக்கிறார்கள். இப்போதும்கூட அவர்களுக்கு என் மீது அந்த பதட்டம் உண்டு. வேலையை விட்டுவிட்டு வரப்போகிறேன் என்று சொன்னால் என் வீட்டை விட அதிகம் பதறுகிறார்கள். இதன் பொருள் அவர்கள் வாழ்க்கை என்னைச் சார்ந்து இருக்கிறது என்பதல்ல. நான் அவர்களது ஒரு நம்பிக்கை. எனக்கு அது மிகப்பெரிய சுமை.

இப்போது நண்பர்களுக்கு - எனக்கும்கூட - ஒரு முக்கியமான கேள்வி எழுகிறது. குடி உண்மையிலேயே கொண்டாட்ட மனநிலையைத் தக்க வைத்துக்கொள்ள உதவுகிறதா என்பதே அது. இதே கேள்விக்கு ஐந்து வருடங்களுக்கு முன்பு, "ஆமாம், நான் குடிக்காவிட்டால் இந்நேரம் இறந்திருப்பேன்" என்று சொன்ன நண்பன் அதே வேகத்துடன் இன்று அதைச் சொல்லமுடியாமல் தலைகுனிந்து கொள்கிறான். ஏனெனில், இந்த பதினைந்து ஆண்டுகளில் என்ன செய்திருக்கிறோம் என்ற கேள்வி எழுகிறது.

அது ஏதோ ஒன்றை சுட்டிக் காட்டிக்கொண்டே இருக்கிறது. பல நேரங்களில் நாம் வலிந்து மறைத்துக்கொள்ளும் தோல்வியாக இருக்கிறது.

குடி இரண்டு விசயங்களில் எங்களில் செயல்பட்டிருக்கிறது. ஒன்று, மற்றவர்களைவிட நாங்கள் எதோ ஒரு விதத்தில் வித்தியாசமானவர்கள் என்று உணர்ந்து கொள்ளும் உத்வேகத்தை அது தந்திருக்கிறது. அதனுடன் இலக்கியப் பரிச்சயமும் சேர்ந்துகொண்டபோது, “நாங்கள் இந்த சராசரி உலகத்தில் இல்லை” என்கிற பிரகடனத்தை எங்களால் செய்யமுடிந்திருக்கிறது. அதன் வழியாக எங்களது தோல்விகளை நாங்கள் தந்திரமாக மறைத்துக் கொண்டிருக்கிறோம். தோல்வி என்றால் அதன் லௌகீக அர்த்தத்தில் தான் சொல்கிறேன். சரி, அதன் ஆன்மீக அர்த்தத்தில், தோல்வியில் இருந்து வெளியேறியிருக்கிறோமா என்றால் “ஆமாம்” என்று உறுதியாக சொல்லமுடியவில்லை என்பதே இங்கு பிரச்சினை.

குடி, மிகச் சரியாக நம்மை சராசரித்தனத்துடன் மட்டுமே ஆழமாக பிணைக்கிறது என்பதே நான் வந்தடையும் புரிதல். ஏனெனில் அது உழைப்பிலிருந்து நமது ஆன்மாவை அப்புறப்படுத்துகிறது. உடலை நோயுறச் செய்கிறது. தற்காலிகக் கிளுகிளுப்பை நோக்கி நம்மை உந்தியபடியே இருக்கிறது. இதை ஒரு உதாரணத்துடன் பார்க்கலாம். இது எங்களது சொந்த எதார்த்தம். ஒவ்வொருவருக்கும் இது வேறு மாதிரி இருக்கலாம். நீங்களே ஒப்பிட்டுக்கொள்ளுங்கள்.

முதலில், குடி இல்லாத நண்பர்களின் கூடுகை என்பதே சமீப காலங்களில் இல்லை. மதுவின் சுவை தீண்டாத நாவுகள் எதையும் பேச அஞ்சும் நிலைக்கு நாங்கள் நகர்ந்திருக்கிறோம். எஜமானனின் ரொட்டித் துண்டுக்காக காத்திருக்கும் நாயைப் போல, பாட்டில் வந்தடையும் நேரத்திற்கான காத்திருப்போடு ஏதேதோ பேசிக்கொண்டிருக்கிறோம். முதல் பெக்கிற்குப் பிறகுதான் உரையாடலே தொடங்குகிறது.

குடிக்காமல் நாங்கள் கைகொண்ட நீண்ட உரையாடல் எதுவென்று யோசித்தால் பத்தாண்டுகளுக்குப் பின்னே போகிறது நினைவுகள். மேலும், மதுவுடன் கூடிய உருப்படியான உரையாடல்களின் கால அளவு அதிகபட்சம் முப்பது நிமிடங்களில் இருந்து ஒரு மணி நேரம் மட்டுமே. அதற்குள் மதுவின் ஆதிக்கத்திற்குள் யாராவது ஒரு நண்பர் விழுந்துவிட பிறகு அவரைப் பின்தொடர்வதே எல்லோருக்கும்

நேர்கிறது. இதுவே எங்களது கூடுகைகளின் பொது விதியாக இருக்கிறது.

மிக சமீபமாகத்தான், "இது சரிதானா...?" என்கிற கேள்வியை எங்களுக்குள் கேட்கத் தொடங்கினோம். நாம் குடிகாரர்கள் அல்ல குடிநோயாளிகளாக இருக்கிறோம் என்கிற அப்பட்டமான உண்மையை அப்போதுதான் வந்தடைந்தோம். நானோ மிக அந்தரங்கமாக, "நான் அப்படியல்ல... மது எனது கட்டுக்குள் இருக்கிறது..." என்று சொல்லிக்கொண்டேன். விடுப்பில் வரும்போதுதானே குடிக்கிறேன் என்று மீண்டும் மீண்டும் என்னை சமாதானப்படுத்திக்கொண்டேன். ஆனால் இருபத்தியொரு நாட்கள் விடுப்பில் ஒருநாள் தவிர எல்லா நாட்களிலும் குடித்திருக்கிறேன் எனும் நிஜம் அதன் ஆகிருதியோடு என் முன்னால் நிற்கிறது. குடி வாழ்வின் ஒரு பகுதியாக மாறியிருக்கிறது. எனது நண்பர்களிடம், கடைசியாக நீங்கள் தொடர்ச்சியாகக் குடிக்காமல் இருந்த ஏழு நாட்கள் உண்டா என்ற கேள்விக்கு பதிலே இல்லை. மஞ்சள் காமாலை வந்திருந்த ஒரு நண்பனைத் தவிர.

அதனால்தான், இந்த உண்மையை நாம் ஏற்றுக்கொள்ளவேண்டும் என்கிற அழுத்தம் என்னுள் பரவுவதை நான் தடுக்க முயலவில்லை. நாம் எதிர்கொள்ளவேண்டிய உண்மை "கேளிக்கைக் குடியிலிருந்து கட்டாயக் குடிக்கு நகர்ந்திருக்கிறோம்" என்பதே அது.

குடியின் வசீகரமே அதுதான். அதன் களிப்பின் உச்சம் நமது சிதறல்களில் இருந்தே தொடங்குகிறது. நாம் அதை ஒத்துக்கொண்டே ஆகவேண்டும். நாம் மறைத்துக்கொள்கிறோம் என்பதால் அது பொய் என்று ஆகிவிடாது. நம்மை விட போதை நேர்மையானது.

tiktok இல் ஒரு குடி நோயாளி மிக நேரடியாகச் சொல்கிறார். எனக்கு குடிக்கணும், நான் குடிக்கலைன்னா செத்துடுவேன் என்று. அதை நாம் வேறு வேறு வார்த்தைகளில் சொல்லிக்கொண்டே இருக்கிறோம் என்றே தோன்றுகிறது. எனது நண்பர்களை அருகில் இருந்து பார்க்கிறபோது, நான் நீண்ட அதிருப்திக்கு உள்ளாகிறேன். அவர்களுக்கும் எனக்கும் நூலிழைதான் வேறுபாடு.

கிட்டத்தட்ட குடிப்பதை ஒரு ஃபேஷன் என்று என்னைச் சுற்றியிருப்பவர்களை நான் நம்பவைத்திருக்கிறேன். அவர்களால் அது முடியவில்லை. எனது இந்தத் திறன் படுக்கையறையில் குடிக்கும் சுதந்திரத்தை எனக்கு வழங்கியிருக்கிறது. மாடியில் எப்போதும் நண்பர்களோடு என்னால் குடிக்க முடிகிறது. ஆனால்,

மிக நேரடியாகக் குடி சார்ந்த சில கேள்விகளை நானே உருவாக்கி அதை எதிர்கொள்ளத் தலைப்படுகிறேன்.

சமீபத்தில் நண்பனொருவனுடன் காட்டு வழியில் ஒரு சிறு பயணம். இரவு ஒரு மணி இருக்கும். இரண்டு பேரும் நிறைய குடித்திருந்தோம். மிதமான வேகம்தான். ஆனாலும் எதிரே இருந்த சகதியை நாங்கள் அனுமானிக்கவில்லை. நான்கு சக்கரங்களும் மண்ணில் பதிந்து போயின. ஒரு மணி நேரத்துக்கு மேல் வண்டியை எடுத்துவிட முயன்றோம். எனக்குத் தெரிந்த எல்லா வழிகளையும் நான் பிரயோகித்தேன். முடியவில்லை. நண்பன் முட்டி போட்டு சக்கரங்களுக்கு அடியில் இருந்த சேற்றை வாரிக்கொண்டிருந்தான். சிக்கிய இடம் ஒரு மக்காச் சோள வயல். கும்மிருட்டு. இனி வண்டியை அங்கிருந்து எடுக்கமுடியாது என்று தீர்மானித்தபோது, பிரதான சாலையை நோக்கி நடக்கத் தொடங்கினோம்.

எட்டு கிலோமீட்டர்கள். போதை முழுவதும் வடிந்துவிட்டது. எனக்குப் பெரிய அதிருப்தி ஒன்றும் இல்லை. காரில் தண்ணீர் இருந்தது. ஒரு குவார்ட்டர் பாட்டில் சரக்கு மிச்சமிருந்தது. சிகரெட் இல்லாததுதான் வருத்தம். "உன்ட்ட சிகரெட் இருக்கா...?" என்று நூற்று இருபத்தாறாவது முறையாக நண்பன் கேட்டபோது கூட எனக்குக் கோபமே இல்லை. நல்ல குளிரில், தண்ணீரைக் குடித்தபடி நடந்தோம். அசதியில் வழியில் இருந்த ஒரு மதகில் உட்கார்ந்த போது "ஆளுக்கொரு பெக் போடலாமா..." என்று கேட்டவனிடம், "தண்ணீர் கம்மியா இருக்கு, நடக்கும்போது சரக்க போட்டா, அப்புறம் குடிக்க தண்ணி நிறைய வேணும், நடக்க முடியாது" என்று சொன்னேன். குவார்ட்டரை பாக்கெட்டிலேயே வைத்துக்கொண்டு நடந்தோம்.

நடை வழியெங்கும் எனக்கு மட்டும் இது தோன்றிக்கொண்டே இருந்தது. அந்த சகதியில் மட்டும் வண்டி சிக்கிக்கொள்ளவில்லை என்றால், நிச்சயமாக அதை விடப் பெரிய ஆபத்தில் நாங்கள் மாட்டிக்கொள்வதற்கு நூறு சதவீத வாய்ப்பு இருந்தது என்பதே அது. அந்தத் தடை எங்களுக்கு காட்டப்பட்ட கருணை என்பதே எனது புரிதல். ஆனாலும் அதுவொரு சாகசம்தான். எல்லா பதட்டங்களையும் மீறி எனக்கும் அந்தப் பயணம் பிடித்தே இருந்தது. "இது செம்ம அனுபவம் இல்லையா...?" என்றான் நண்பன். நான் "ஆம்...!" என்றேன். அவனுக்கும் கூட தெரியும், அதன் பாதகங்கள் என்ன என்று. அதனால்தான் நான் ஆம் என்று மட்டும் சொன்னேன். அவனும் வேறேதும் கேட்கவில்லை.

இரவில் விழித்துப் பார்த்த இன்னொரு நண்பன் நாங்கள் அங்கு இல்லாததைக் கண்டு, இவ்வளவு குடித்திருக்கும் இரண்டு பேர் எங்கு போனார்கள் என்ற பதட்டத்தில் அலைந்துகொண்டே இருந்திருக்கிறான். நாங்கள் பிரதான சாலைக்கு வந்து அவனை அலைபேசியில் அழைத்தபோது வந்து எங்களை பிக்கப் செய்துகொண்டான். அவன் எங்களை திட்டியிருக்கலாம். ஆனால் அமைதியாக கார் ஓட்டிக்கொண்டிருந்தான். கசந்து போய்விட்டான் போல.

மற்ற சாகசங்களைப்போல அல்ல குடியின் சாகசம். அது நம் மீது அன்பு செலுத்துபவர்களைப் பங்கேற்பாளர்களாக ஆக்குகிறது. தனித்து விடப்படுவதன் பதட்டத்தில் அவர்களும் நம்முடன் வந்துகொண்டே இருக்கிறார்கள். அவர்கள் மனைவியாக இருக்கிறார்கள். காதலியாக இருக்கிறார்கள். குழந்தைகளாக இருக்கிறார்கள். நாம் அவர்கள் மீது செலுத்தும் அதீத வன்முறை அது!

(பின்குறிப்பு: இதைப் படித்தவுடன், சியர்ஸ் ப்ரோ... உங்களால் முடியும் ப்ரோ... அதிலிருந்து வெளியேறுங்கள் ப்ரோ... குடிப்பது தப்பு ப்ரோ... என்று பழைய பிளேடோடு யாராவது வந்தால், உங்களுக்கு சொல்வதற்கு ஒன்றுதான் இருக்கிறது. உங்களைப் போன்றவர்கள் உயிரோடு இருக்கும்வரை இங்கு யாரும் குடிக்காமல் இருக்கமுடியாது!)

— டிசம்பர் 18, 2018

*

26
வாசிப்பு: சில நிபந்தனைகள்

மக்கள் புத்தகம் வாசிப்பதில்லை என்பது குறித்த கவலைகள் எல்லோராலும் பகிர்ந்துகொள்ளப்படுகின்றன. அது ஓரளவுக்கு மட்டுமே உண்மை என்று நான் நினைக்கிறேன். ஏனென்றால் நமது வாசிப்பு குவிமையமாக இல்லாமல், சிதறடிக்கப்பட்டிருக்கிறது என்பது ஒரு காரணம். எதார்த்தத்தில் நாம் நிறைய படிக்கிறவர்களாக இருக்கிறோம். குறிப்பாக சமூக ஊடகங்களில் ஒருநாளைக்கு இரண்டாயிரத்தில் இருந்து மூவாயிரம் வார்த்தைகள் வரை படித்துவிடுகிறோம். ஆனால் எதைப் படிக்கிறோம் என்பதுதான் இங்கு பிரச்சினை.

முதலில் செய்திகள். எனக்குத் தெரிந்தவரையில் வேறு எந்த நாட்டைச் சேர்ந்தவர்களும் அரசியல் விவகாரங்களை, அதாவது அரசியலின் அன்றாட நிகழ்வுகளை, இவ்வளவு பொருட்படுத்தி வாசிப்பார்களா என்று தெரியவில்லை. ஒரு சிறிய நிகழ்வை, அது கிட்டத்தட்ட அன்றே மறைந்துபோகிற அற்ப நிகழ்வாக இருக்கும், எல்லோரும் அச்செய்தியையும் அதையொட்டிய கருத்துகளையும் படித்துவிடுகிறார்கள். பிறகு அது சார்ந்த விவாதங்களில் பங்கேற்பவர்களாக இருக்கிறார்கள். ஆக, நிறைய தகவல்களை நாம் உள்வாங்கிக்கொண்டே இருக்கிறோம். இந்த செயல்பாட்டுக்கு அதீத எனர்ஜி தேவைப்படுகிறது.

ஒரு செய்தியைப் படித்து, அதை கிரகிக்க, அதன் மீது ஒரு கருத்தை உருவாக்கிக்கொள்ள, பிறகு அதைப் பரிசீலித்து மாற்றிக்கொள்ள என வாசிப்பது ஒரு நிகழ்வாக (process) நடக்க வேண்டிய செயல். அது இங்கு நிகழ்கிறதா என்பதுதான் முக்கியம். செய்தி, புனைவு, அபுனைவு எல்லாவற்றிற்கும் இது பொருந்தும். ஒரு கதையையோ கவிதையையோ படிப்பது, அதில் கரைந்துபோவது, அதன் வழியாக ஒரு பிரக்ஞையை எட்டுவது என்பதாக வாசிக்கும் செயல் விரிவடைகிறது.

ஒரு செய்தியின் வழியாக நாம் அடைவது அரசியல் ரீதியான விழிப்புணர்வு என்றால், புனைவுகளின் வழியாக நாம் அடைவது அக ரீதியான விழிப்பு நிலையே. இந்த இரண்டு விழிப்பு நிலைகளும் ஒன்றை ஒன்று நெருங்கியும் விலகியும் வினையாற்றக் கூடியவை. இரண்டிலும் முக்கியமானது "அது நம்மிடம் வினைபடுவதற்கு நாம் அதை அனுமதிக்கிறோமா..." என்பதுதான்.

இந்த "வினைபடும் செயலில்" குறுக்கிடும் காரணிகள் என்னவென்று பார்த்தால் மிக முக்கியமாக நமது அரசியல் சார்பு நிலை. இரண்டாவது நமது தன்முனைப்பு. மூன்றாவது நமது சோம்பேறித்தனம். நான்காவது நமது போலி அறச்சீற்றம் மற்றும் நாமும் கவனிக்கப்பட வேண்டும் என்கிற உந்துதல். இவற்றில் ஏதாவது ஒன்று அதிகமாக இருந்தால்கூட அது நமது வாசிப்பைக் குறுக்கவே செய்யும்.

இதன் பொருள், நாம் ஒரு பிரதியை வாசிப்போம், ஆனால் அது நம்மிடம் வினைபட அனுமதிக்க மாட்டோம். இதற்கும் நிறைய புத்தகங்கள் வாங்குவதற்கும் எந்தத் தொடர்பும் இல்லை. பிளாஸ்டிக் காகிதத்தை மாடு உண்பது போல எந்த சேதாரமும் இல்லாமல் அது அப்படியே வெளியேறும்.

வாசிப்பின் முதல்படியே, "நமது முன்முடிவுகளில் இருந்து நாம் கொஞ்சமாவது வெளியே வரவேண்டும்" என்கிற நிபந்தனையில்தான் தொடங்குகிறது. "நாம் அதற்குத் தயாராக இருக்கிறோமா..." என்கிற சுயபரிசீலனையில் இருந்தே வாசகன்/வாசகி எனும் சொல் அர்த்தம் பெறத் தொடங்குகிறது. வாசகர்களாக நாம் இதைத்தான் தீவிரமாக யோசிக்கவேண்டும்.

ஒரு கதையோ கவிதையோ அது படித்தவுடன் உங்களுடன் உரையாடுகிறதா என்பதை உணர முற்படுங்கள். குறிப்பிட்ட காலத்துக்கு வாசிப்பைத் தொடர்வதன் வழியாக நம்மை வாசிக்கத் தூண்டும் படைப்புகள் எது என்பது குறித்த ஒரு முடிவுக்கு நாம் வரமுடியும்.

புத்தகங்கள் குறித்த அறிமுகங்களைக் கவனமுடன் கேளுங்கள். ஆனால் அதை வாசிக்கும்போது அது எவ்வாறு வினையாற்றுகிறது என்பதை கவனமுடன் நோக்குங்கள்.

நீங்கள் பெருமதிப்பு வைத்திருக்கும் ஒரு படைப்பாளி, ஒரு புத்தகத்தை சிலாகித்திருக்கலாம். ஆனால் அதை வாசிக்கையில்

நீங்கள் அந்தப் பிரதியின் மீது அதிருப்தியடையலாம். அதில் எந்தத் தவறும் இல்லை. தயக்கமே இல்லாமல் அந்த அறிமுகத்தை நிராகரியுங்கள். நீங்கள் தொடர்ந்து படிப்பதன் வழியாக ஒரு பிரக்ஞையை எட்ட முடியும். அது ஒன்று மட்டுமே வழி. வாசிப்புக்கு குறுக்கு வழி என்று எதுவும் இல்லை.

நம் சூழலில் ஒரு மோசமான பண்பு இருக்கிறது. படைப்புகள் மீதான ஜனநாயகப்பூர்வமான பார்வை இல்லாதது. குறிப்பாக நீங்கள் ஒரு *porn site* இல் தேடினால், கிட்டத்தட்ட இருபதுக்கும் மேற்பட்ட வகைகளில் காட்சிகள் சேமித்துவைக்கப்பட்டிருப்பதைக் காணமுடியும். இதன் பொருள் என்ன? காமம் என்பது ஒற்றைப்படையனது அல்லது. அதன் துய்ப்பு பலவகைப் பட்டதாக இருக்கிறது. அதுவே நிறைய வகைமாதிரிகளை உருவாக்குகிறது. நேரடியாக ஒப்புமைப்படுத்த முடியாவிட்டாலும்கூட இது வாசிப்புக்கும் பொருந்தும்.

இங்குதான் நம் விமர்சகர்கள் கொடூரமானவர்களாக இருக்கிறார்கள். இலக்கிய வகைமைகளை அவர்கள் குறுக்குகிறார்கள். கறாரான ஒற்றைத் தன்மை இருக்கிறது. படைப்புக்கான தனது அளவுகோலை ஒவ்வொரு விமர்சகனும் ஸ்தாபித்துக்கொண்டே இருக்கிறான். ஆனால் அது படைப்புக்கான திறப்பை வாசகனிடம் சாத்தியப்படுத்த வேண்டுமே ஒழிய அந்த வழியை மூடிவிடலாகாது.

மேலும் நமது சூழலில் விமர்சகன் எனும் இனம் அருகிவிட்டது. ஒரு படைப்பாளியே விமர்சக அவதாரமும் எடுக்கவேண்டிய துயரம் நிகழ்கிறது. அதன் போதாமைகள் வாசகனிடம் ஆதிக்கம் செலுத்தவே செய்யும்.

இங்கு புரிந்துகொள்ளவேண்டியது என்னவென்றால், நமக்கான பிரதியை நாம்தான் கண்டடைய வேண்டும் என்பதே.

வாசிப்பின் இன்னொரு முக்கியமான அம்சம், அது குறித்து தன்முனைப்பின்றி பேசும் நண்பர்களை உருவாக்கிக்கொள்வது. பிரதி குறித்து உரையாடுவது மட்டுமே அதன் துய்ப்பின்பத்தை அதிகரிக்கச் செய்யும். அப்படித்தான் ஒரு வாசிப்பு முழுமையடையவும் முடியும். மேலும் ஒரு சோர்வூட்டும் பிரதியை எழுத்தாளனின் தோல்வியாகக் கருதவேண்டியதில்லை. அதை எளிதாகக் கடக்கப் பழகவேண்டும். முக்கியமாக நான்கைந்து நூல்களைப் படித்தவுடனேயே, ஒருவித விமர்சகக் குரலை வரித்துக்கொள்ளவேண்டியதில்லை. அது வாசக

விரோத மனோபாவம். அது கலை சார்ந்த பிரக்ஞையை எட்டும் மனநிலைக்கு எதிரானது.

ஏனெனில் தர்க்கங்கள் வழியாகவே நாம் கருத்துகளை முன்வைக்கிறோம். இலக்கியமோ தர்க்கங்கள் இல்லாத அமைதியை நோக்கி நம்மை நகர்த்தும் சாத்தியம் கொண்டது.

நமக்குப் பிடித்த ஒரு நூல், நம்மால் காதலிக்கப்படும் ஒரு நூல் நமது நண்பனை அதற்குள் அனுமதிக்கவே செய்யாது. இதன் பொருள் நம் நண்பன் அசடன் என்பதல்ல. ரசனை மாறுபாடு எனும் ஜனநாயகக் கருதுகோள் செயல்படும் இடம் அது. அதற்கு மதிப்பளியுங்கள். நமக்குப் பிடித்த படைப்புக்கு நாம் வக்கீலாக மாறி கம்பு சுத்த வேண்டிய எந்த அவசியமும் இல்லை. உரையாடல் என்பதும், ஒரு தரப்பைப் பிரதிநிதித்துவப்படுத்துவதும் அடிப்படையில் வேறு வேறானது. அதற்கு வாசிப்பென்று பொருளில்லை. அந்த அற்பத்தனத்தை கடக்க உதவுவதுதான் வாசிப்பு.

ஒரு படைப்பாளி அணுகுவதற்கு எளிதாக சமூக வெளியில் கிடைக்கிறான் என்பதற்காக உங்களது எளிய கருத்துகளுடன் அவனது வாசிலில் போய் நிற்காதீர்கள். படைப்பாளியுடன் விவாதிக்கும் நிலைக்குச் செல்ல வாசகனுக்கு எப்போதும் ஒரு தயக்கம் இருக்கவேண்டும். இதன் பொருள் மேல் கீழ் படிநிலையாக்கம் அல்ல. அவனுடன் உரையாட அவன் ஒரு பிரதியை உங்களிடம் விட்டு வைத்திருக்கிறான் என்பதே அதற்குக் காரணம்.

இந்த விஷயத்தில் நமது சமூக ஊடகச் சூழல் மிகவும் அருவருப்பானது. இங்கு பாராட்டப்படுவதை விட ஓர் எழுத்தாளன் அவமதிக்கப்படுவதே வரவேற்புக்கு உள்ளாகும். அந்த நோய்மையில் சிக்கிக்கொள்ளாதீர்கள். எளிய பிறழ்வுகளின் அடிப்படையில் மகத்தான சாதனையாளர்களை மதிப்பிட்டு நிந்திக்காதீர்கள்.

ஒரு பிரதியைப் பாராட்டுவது, தமது மதிப்பை குறைக்கும் செயலாகவும் அதேநேரம் அப்பிரதியை நிராகரிப்பது தனக்கு ஒரு "மேதை" எனும் அந்தஸ்தை வழங்குவதாகவுமான ஒரு கற்பிதம் நிலவுகிறது. பிரதிகுறித்து கருத்துதிர்க்கும் பிரகஸ்பதிகள், எத்தனை பிரதிகளைப் பாராட்டுகிறார்கள், எத்தனைப் பிரதிகளை நிராகரிக்கிறார்கள் என்பதில் இருந்து இந்த சிக்கலைப் புரிந்துகொள்ள முடியும்.

நமது சூழல் காழ்ப்பு நிறைந்தது. ஓர் எழுத்தாளன் பாராட்டப்படுவதற்கும், ஒதுக்கப்படுவதற்கும் அவனது பிரதியைத் தாண்டிய பிரத்யேகக் காரணங்களுக்கு குறிப்பிட்ட பங்கு இருக்கிறது. கும்பலுடன் சேர்ந்து கல்லெறிவதற்கு முன்பு சற்றே யோசியுங்கள். ஒரு குறிப்பிட்ட வாசகத்தன்மையை அடையும் வரை "விமர்சகர்களிடமிருந்து விலகி நில்லுங்கள்" என்றே சொல்லுவேன்.

புத்தகச் சந்தையில் நிறைய புத்தகங்களை வாங்குவீர்கள். நிறைய வாசிப்பது மிதப்பை நோக்கி உந்தும். அறிவிற்கும் தன்முனைப்பிற்கும் நெருக்கமான தொடர்புண்டு. ஆனால் அறிவு ஞானமாகக் கனிய வாய்ப்பளிப்பவனே வாசகன். அவளே வாசகி. நாம் சரியான திசையில் போகிறோமா என்பதைப் புரிந்துகொள்ள எளிய வழி, "வாசிக்க வாசிக்க நம்மிடம் கூச்சல் குறைகிறதா" என்பதை மதிப்பிடுவதே.

— ஜனவரி 19, 2019

*

27

சாதிக்கணக்கு

எழுத்தாளர் சி.எம். முத்துவுடைய "கறிச்சோறு" நாவலை அவரது சொந்த ஊரில் சிலர் எதிர்த்தார்கள். அந்தப் பகுதியின் வேளாண் சமூகமாக இருக்கிற கள்ளர்களின் வாழ்வியல் குறித்துப் பேசிய நாவல் அது. ஊதினால் பறந்துவிடும் அளவுக்கே ஆகிருதியுடைய சி.எம்.முத்துவிடம் நாங்கள், "அந்த நாவலுக்கு ஏன் எதிர்ப்பு வந்தது, அந்த அச்சுறுத்தலைக் கண்டு நீங்கள் பயந்தீர்களா...?" என்று கேட்டோம். அவரை சந்தித்து உரையாடுவதற்காகப் போய் பிறகு அதை ஒரு நேர்காணலாக ஆக்கினோம். அதை உயிர்மையில் வெளியிட்டார் கவிஞர் மனுஷ்யபுத்திரன். அவருக்கு நன்றி!

அதற்கு இவ்வாறு பதிலலளித்தார் முத்து. ஆமாம் அந்த நாவலுக்கு உள்ளூரில் ஒருவித சலசலப்பு வந்தது. ஏனென்றால், கள்ளர்களில் "அறுத்துகட்டிக் கள்ளர்கள்" என்று ஒரு பிரிவு உண்டு. விதவைகளுக்கு மறுமணம் செய்துவைக்கும் முற்போக்கான பழக்கம் (custom) கொண்டவர்களாக அவர்கள் இருந்தார்கள். அந்தப் பிரிவு கள்ளர்களை, கொஞ்சம் தாழ்வாகப் பார்க்கும் பழக்கம் மற்ற பிரிவு கள்ளர்களுக்கு இருந்தது. அது குறித்து அந்த நாவல் பேசியது. அதுவே பிரச்சினைக்குக் காரணம். ஆனால் நான் அதுகுறித்து அஞ்சவெல்லாம் இல்லை. ஊரைவிட்டுப் போகவும் இல்லை. இங்குதான் இருந்தேன்.

இது ஏன் இப்போது நினைவுக்கு வந்தது என்றால், இதே போல ஒரு சம்பவத்தை Annihilation Of Caste நூலில் அம்பேத்கர் குறிப்பிடுகிறார். வேறொரு தளம் அது. ஆனாலும் படிக்கும்போது மிகுந்த சுவாரஸ்யமாக இருந்தது.

மகாராஷ்டிராவில் "சொனார்" என்றொரு சாதியினர் இருக்கிறார்கள். "தைவைத்ய பிராமணர்கள்" என்றொரு வகையினர் இருக்கிறார்கள். இந்த சொனார்களுக்கு தாங்களும் பார்ப்பனர்களைப்போல ஆகிவிட வேண்டும் என்று ஆசை. அவர்களும் பஞ்சகச்சம் கட்டுகிறார்கள். "நமஸ்காரம்" என்று சொல்கிறார்கள். இப்படியாக தைவைத்யர்களின் பழக்கவழக்கங்களைப் பின்பற்ற முயல்கிறார்கள்.

இமிடேட் செய்கிறார்கள். (இதைச் சொல்லும்போது கிண்டல் தெறிக்கிறது அம்பேத்கரின் எழுத்தில்). இதைப் பார்க்கையில் தைவைத்யர்களுக்கு கடுப்பாகிறது. ஒரு கட்டத்துக்கு மேல், கிழக்கிந்தியக் கம்பெனியில் தாங்கள் எட்டிய உயர்பதவியையும் அதிகாரத்தையும் வைத்து சொனார்களை பம்பாயிலிருந்து விரட்டிவிடுகிறார்கள் தைவைத்யர்கள்.

பதாரேபிரபுஸ் எனும் ஒரு சாதியில் இதேபோல விதவை மறுமணம் பழக்கத்தில் இருக்கிறது. அந்த சாதியினரின் ஒரு பிரிவினருக்கு இந்த பழக்கத்தால் மனக்குறை. என்னவென்றால் நாமும் பிராமணர்களாக மாறமுடியவில்லையே என்று. பிராமணர்களிடம் விதவை மறுமணம் கிடையாது. சிறுமியாக இருக்கும் விதவைகளைக் கூட தனிமைப்படுத்தும் கறாரான பழக்கம் கொண்டவர்களாக அவர்கள் இருக்கிறார்கள். அவர்களுக்கு இருக்கும் சாதி உயர்நிலையை கீழே இருக்கும் சாதிகளும் அடையவேண்டும் என்றால் அவர்களது பழக்கத்தைப் பின்பற்றுவதுதானே இருக்கும் ஒரேவழி. அது எவ்வளவு கொடூரமானதாக இருந்தாலும்!

முரண்பாடுகள் முற்ற பதாரே பிரபுஸ் சாதியினர், விதவை மறுமண ஆதரவாளர்கள், விதவை மறுமண எதிர்ப்பாளர்கள் என இரு பிரிவாக மாறி மோதிக்கொள்கிறார்கள். இந்த இடத்தில்தான் மிக முக்கியமான ட்விஸ்ட் வருகிறது. நாம் என்ன நினைப்போம்? மோதிக்கொள்ளும் இரண்டு தரப்பில் பார்ப்பனர்கள், மறுமண எதிர்ப்பாளர்களை ஆதரிப்பார்கள் என்றுதானே? அதுதான் இல்லை. பார்ப்பனர்கள் மறுமணத்தை ஆதரிக்கும் பிரிவினரை ஆதரித்து அவர்கள் பக்கம் நிற்கிறார்கள். ஏன் சொல்லுங்கள்?

ஏனென்றால் விதவைகள் மறுமணத்தை எதிர்ப்பதன் வழியாக அல்லது அதைக் கைவிடுவதன் வழியாக, பார்ப்பனப் பழக்கத்தைப் பின்பற்றி தாங்களும் பார்ப்பனர்கள் ஆக முயலும் பிரபுஸ் சாதியின் ஒரு பிரிவைத் தடுக்கவேண்டும் என்பதற்காக. ஏன் அம்பேத்கர் தாறுமாறான தலைவராகத் தோன்றுகிறார் என்று புரிகிறதா? இதனால்தான். அவரது உதாரணங்கள் அனைத்தும் வெறும் புத்தகங்களில் இருந்து அல்லாது, அவரது வாழ்விலிருந்து பெறப்படுபவையாக இருக்கின்றன. வாசிக்கும்போது நமது அனுபவங்களின் மீது வெளிச்சம் பாய்ச்சி நம்மை மறுபரிசீலனைக்குத் தூண்டுகின்றன. ஆழ்ந்த அரசியல் விழிப்புணர்வை நோக்கி உந்துகின்றன.

– ஜனவரி 20, 2019

*

28

ஆசிரியர் போராட்டம்:
வீசி எறியப்படும் படிப்பினைகள்!

அரசு ஊழியர்கள், போராட்டங்களை அறிவிக்கிறபோது, பொது சமூகம் இரண்டாகப் பிரிந்து, ஒரு பிரிவு அரசை விமர்சிப்பதும் இன்னொரு பிரிவு போராடுபவர்களை நிந்திப்பதும் தொடர்கிறது. இதில் முரண் என்னவென்றால் இரண்டு தரப்பிலும் எடுத்து வைக்கப்படும் வாதத்தில் பெரும்பகுதி உண்மை இருக்கிறது என்பதே. ஆனால் இந்த விவகாரங்களில் கவனத்தில் கொள்ளப்படாதது என்னவென்றால், அரசு, அதிகாரம், உரிமைகள் போன்றவற்றில் நமக்கு இருக்கும் புரிதல் குறைபாடு குறித்துதான்.

முதலில், அரசு வேலை மீதான நமது ஆர்வம் என்பது, நாம் நினைப்பது போல சொகுசை நோக்கிய பாய்ச்சலால் வந்தது அல்ல. அதில் இருக்கிற அதிகாரத்தின் மீதான கனவால் வந்தது அது. அதற்கு இருக்கிற சமூக ஏற்பையும் அதன் மூலம் உருவாகிற அந்தஸ்தையும் அடைகிற ஏக்கத்தால் வந்தது. ஒரு கணினி மென்பொறியாளன் வாங்கும் மூன்று லட்ச ரூபாய் மாத சம்பளம் ஒரு மாவட்ட ஆட்சியரின் மாத சம்பளத்தைவிட இரண்டு மடங்கு அதிகமானதாக இருக்கலாம். ஆனால் அதிகாரம் என்று வருகிறபோது ஒரு மென்பொறியாளன் எந்த வகையிலும் பொருட்படுத்தத்தக்கவனே அல்ல. இது அப்படியே எல்லா நிலை ஊழியர்களுக்கும் அதனதன் அளவில் பொருந்தும். ஒரு தனியார் கிளர்க்கும் அரசு கிளர்க்கும் ஒன்றல்ல. அதே அடிப்படையில்தான் ஓர் அரசுப்பள்ளி ஆசிரியரும் ஒரு தனியார் பள்ளி ஆசிரியரும் ஒன்றல்ல.

இங்கு, பொது சமூகம் கேட்டுக்கொள்ள வேண்டிய முக்கியமான கேள்வி, அரசு என்பதற்கும் அரசு ஊழியன் என்பதற்குமான வேறுபாடு நமக்குத் தெரியுமா என்பதுதான். தலைமைச் செயலர் கிரிஜா வைத்தியநாதன் போராட்டத்தில் ஈடுபடும் முப்பது தற்காலிக ஊழியர்களை இடைக்கால பணி நீக்கம் செய்கிறார். இதன் பொருள்

என்ன? இங்கு அரசு என்பது யார்? போராடும் தரப்பா அல்லது அவர்களை இடைநீக்கம் செய்யும் தரப்பா? இரண்டுமேதான். ஏனென்றால் இது ஓர் அதிகாரப் படிநிலை. அரசின் இயக்க முறையே அதுதான். மேலிருந்து கீழ் என்பதுதான் அதன் இயக்க அமைப்பு. முடிவெடுக்கும் ஒரு தரப்பு, அதை செயல்படுத்தும் மற்றொரு தரப்பு. இந்த இரண்டு தரப்பிற்குள் முரண்கள் வருகிறபோது, அதிகாரத்தை அதிகமாக வைத்திருக்கிற முடிவெடுக்கும் தரப்பு அதை செயல்படுத்தும் தரப்பைத் தண்டிக்கிறது.

இதுதான் மிக நுணுக்கமாக பொது சமூகம் தவறிழைக்கிற இடம். அதற்குக் காரணம் என்னவென்றால், பொது சமூகத்தை எதிர்கொள்கிறவர்கள், எப்போதும் இந்த செயல்படுத்தும் தரப்பினராகவே இருக்கிறார்கள் என்பதுதான். அவர்கள்தான் தொண்ணூறு சதவிகிதத்துக்கு மேல் இருக்கும் அரசுத் தரப்பு. மேலும் அரசு வேலை என்றாலே, அதிகாரத்தை மற்றவர்கள் மேல் பிரயோகிக்கும் வாய்ப்புள்ள ஒரு வேலை என்பதான கற்பிதம் இருக்கிறது. அது தவறு. அரசு வேலை என்பது, அதன் அடிப்படையிலேயே நேரடியான அடிமைத்தனத்தை நிபந்தனையாகக் கொண்டது. ஆனால் அதிலிருந்து வெளியேறாமல் அவர்களை வைத்துக்கொள்வதற்கு தந்திரமான ஒரு சமன்பாட்டை அது உருவாக்கி வைக்கிறது. எப்படி என்றால், அடிமைத்தனத்துக்கு தன்னை ஒப்புக்கொடுக்கும் ஒருவன், இன்னொருவனை நிந்திக்க அனுமதிக்கப்படுவான் எனும் கணக்கீடு. அப்படி ஒரு வாய்ப்பு அவனுக்கு வழங்கப்படவில்லை என்றால், அரசு எந்திரத்தின் சமநிலையைக் காக்க முடியாது. அரசு எந்திரம் இயங்கவே முடியாது.

அதனால்தான் அரசின் குறிப்பிட்ட உறுப்புகளில் எங்கெல்லாம் அதிக அதிகாரம் குவிக்கப்படுகிறதோ அங்கெல்லாம் அந்த அதிகாரம் அதன் நீட்சியாக மக்களிடம் அதே மூர்க்கத்துடன் செயல்படுவதை நாம் காணமுடிகிறது. இதற்கு உதாரணம் இராணுவம், போலீஸ் மற்றும் நீதித்துறைகள். ஒரு போலீஸ் கான்ஸ்டபிளும், மற்றொரு அரசு அலுவலகக் காவலாளியும் ஒன்றல்ல. ஆனால் தனது உயரதிகாரிக்கு அடிபணியவேண்டிய சூழல் என்று பார்த்தால், ஒரு பியூன், ஒரு போலீஸ் கான்ஸ்டபிளைவிட பன்மடங்கு நல்ல நிலைமையில் இருக்கிறான்.

ஆக அரசு என்பது ஒரு திட்டவட்டமான வன்முறைகளுடன், அதன் தனித்த ஒழுங்குகளுடன் இயங்குகிற எந்திரமாக இருக்கிறது. ஒவ்வொரு உதிரி பாகமும் அதனதன் தனித்த வேலைகளை

செய்வதன் வழியாக, அந்த எந்திரம் செயல்படுவதை கூட்டாக உறுதி செய்கிறது. அதனால் அரசு என்பதை நாம் அதன் உண்மையான அர்த்தத்தில் புரிந்துகொள்ளவேண்டும். அங்கிருந்துதான் ஒரு போராட்டத்தின் நியாயத்தை அல்லது அதன் அநியாயத்தை நம்மால் புரிந்துகொள்ள முடியும்.

இப்போது நடக்கும் "அரசு ஆசிரியர்கள்" உள்ளிட்ட அரசு ஊழியர்களின் போராட்டத்தை இந்தப் பின்புலத்தில் வைத்து நாம் புரிந்துகொள்ள முயல்வோம். இப்போது நடக்கும் போராட்டத்தில், அரசு ஆசிரியர்கள் ஒரு பகுதி மட்டுமே. மேலும் சில பகுதி அரசு ஊழியர்களும்கூட போராடுகிறார்கள். ஆனால் ஆசிரியர்கள் மட்டுமே, போராட்டத்தை விமர்சிப்பவர்களின் கவனத்தைக் கவர்கிறார்களே அது ஏன்?

ஆசிரியர் வேலை என்பது சொகுசு எனும் "பொதுப் புத்தி" மக்களின் மனதில் பதிந்து போயிருக்கிறது. அது ஓரளவு உண்மையும் கூட. இருபதாண்டுகளுக்கு முன்பு வரை, ஆசிரியப் பணி என்பது "தொண்டு மற்றும் அர்ப்பணிப்பு" என்கிற அடிப்படையிலேயே புரிந்துகொள்ளப்பட்டது. மிகக் குறைந்த ஊதியமே அந்தப் பணிக்கு வழங்கப்பட்டது. ஓர் ஆசிரியர் தனக்குக் கிடைத்த சம்பளத்தை விட, அந்தப் பதவிக்குக் கிடைக்கும் சமூக அந்தஸ்தைக்கொண்டே திருப்தியடைந்து கொள்ளும் சூழல் இருந்தது.

தொண்ணூறுகளுக்குப் பிறகுதான் அவர்களது சம்பளத்தில் குறிப்பிடத் தகுந்த பாய்ச்சல்கள் நடந்தன. இதன் பொருள், அரசுகள் அவர்கள் மீது கரிசனம் காட்டத் தொடங்கின என்பதல்ல. மாறாக, அரசுகள் கல்வியை வழங்க வேண்டிய தனது பொறுப்பிலிருந்து வெளியேறத் தொடங்குகையில், அதிக ஊதியம் எனும் ஒரு மாயையை ஆசிரியர்கள் மீது கட்டியமைத்தன என்பதே. ஆசிரியர்களின் சம்பளம் என்பதை முன்வைத்தே, தங்களது பொறுப்பிலிருந்து அரசுகள் தப்பித்துக்கொண்டன.

புதிய பொருளாதாரக் கொள்கைக்கு தம்மை ஒப்புக்கொடுத்த பிறகுதான், கல்வி என்பதன் பொருள் மாறுகிறது. அறிவுத் தேட்டம், மானுடப்புரிதல், சமத்துவம் என்கிற கல்விக்கான அடிப்படைகள் மாறி, "போட்டிக்குத் தயார் செய்வது" என்பதாக கல்விக்கொள்கை உருமாறியது. இங்கு ஒரு கல்விக்கான சந்தை அரசால், அரசு கைகொண்ட கொள்கையால் உருவாகியது. சந்தை என்று ஒன்று உருவானால், அதைக் கைப்பற்றி காசு பார்க்கும் வியாபார

நிறுவனங்கள் உருவாகும் என்பது சந்தையின் விதி. அப்படித்தான் தனியார் பள்ளிகள் உருவாயின. அரசே இந்த சந்தை உருவாக்கத்தின் பின்னணியில் இருந்தால், அரசுப் பள்ளிகளை நலியச் செய்வதன் வழியாக தனியார் பள்ளிகள் உருவாவதை அது ஊக்குவித்தது. உற்றுக் கவனித்தால், நமது அரசுகள், அரசுப் பள்ளிகளின் உள்கட்டமைப்பை மேம்படுத்த எந்தப் பங்களிப்பையும் செய்யவில்லை என்பது புரியும். அவை செய்தது ஆசிரியர்களின் சம்பளத்தை உயர்த்தியது மட்டுமே. அதன் மூலம் பொது சமூகத்தின் முன்னால் அவர்களை வில்லனாக்கி தங்களது கோரப்பற்களை மறைத்துக்கொண்டன.

ஒருபுறம் அரசுப் பள்ளிகளை நலிவடையை அனுமதித்துக் கொண்டே இன்னொரு புறம் ஆசிரியர்களின் சம்பளத்தைக் கூட்டித் தந்தது போன்ற தோற்றத்தை அரசு உருவாக்கியது. மேலும் ஓர் அரசுப் பள்ளி நன்றாக இயங்குவதற்கு, ஆசிரியர்களின் தரமே அடிப்படை என்பதான ஒரு போலி பிம்பத்தை அரசே கட்டமைத்தது. இன்றையை அரசு ஆசிரியர்களின் மீதான பொது சமூகத்தின் ஒவ்வாமையை அரசு இப்படித்தான் உறுதி செய்தது.

ஆக, அரசுப் பள்ளி, கல்லூரி ஆசிரியர்கள் இரண்டு விதங்களில் தனிமைப் படுத்தப்பட்டார்கள். ஒன்று, தாங்கள் அரசின் உறுப்பாக இருப்பதனாலேயே அரசின் வன்முறைக்கு தார்மீகமாக பொறுப்பேற்க வேண்டியவர்களாக ஆனார்கள். அதன் மூலம் பொதுமக்களின் அதிருப்திக்கு உள்ளானார்கள். இரண்டாவது, தாங்கள் பணிபுரியும் துறையில் நடக்கும் எந்த அத்துமீறலுக்கு எதிராகவும் குரலுயர்த்தும் உரிமையை இழந்தார்கள். "இந்த நவீன கல்விக்கொள்கை மனித விரோதமானது" என்று சொல்லும் தார்மீகக் குரலையும் அவர்கள் இழந்தார்கள். அவர்களையும் ஒரு தொழிற்சாலைப் பணியாளர்களைப் போன்ற, சம்பளத்துக்குப் பணியாற்றும் தொழிலாளர்கள் என்ற ஒரு வட்டத்துக்குள் கொண்டு வருவதில் அரசு வெற்றியடைந்தது. அதன் மூலம் ஆசிரியர் என்பதன் "சமூக அந்தஸ்தை" இல்லாமல் ஆக்கியது. அப்படி ஆக்கியதன் வழியாக அவர்களை பொது சமூகத்தின் முன்னால் குற்றவாளிகளாக்கி நிறுத்தியது. இன்று அவர்களது போராட்டத்துக்கு எதிராகக் கிளைக்கும் நிந்தனைக் குரல்களின் ஊற்று அப்படித்தான் உருவாகியது.

இதன் மூலம் நாம் இழந்தது என்ன, இழக்கப் போவது என்ன?

விலகி நடக்கும் சொற்கள்

முதலில் ஆசிரியன் என்பவன் வெறும் உற்பத்தியாளன் அல்ல, அவன் படைப்புச் செயல்பாட்டில் இருக்கும் ஒரு சமூக அலகு எனும் சொரணையை நாம் இழந்தோம். இன்று இருக்கிற புதிய தலைமுறை ஆசிரியர்களுக்கே அந்த சொரணையுணர்வு கிடையாது. பொது சமூகத்தின் மவுடீகத்துக்கு சற்றும் குறைந்ததல்ல இன்றைய ஆசிரிய சமூகத்தின் மூடத்தனம். அதற்கு அவர்களை மட்டுமே பொறுப்பாக்க முடியாது. ஏனெனில் அரசு என்பதன் பொருளே மாற்றி எழுதப்பட்டுக் கொண்டிருக்கும் ஒரு சூழலில் நாம் கவனம் செலுத்த வேறு சில புள்ளிகளும் உண்டு.

ஒட்டுமொத்தமான அரசின் செயல்பாடு, ஆசிரியத்துவத்தின் ஆன்மாவை நீர்த்துப்போகச் செய்வதாக தனது நிகழ்ச்சி நிரலை வகுத்துக் கொள்கிறபோது, சிறு பகுதி ஆசிரியர்கள் மட்டுமே தங்களை தக்க வைத்துக் கொள்கிறார்கள். அவர்கள் எக்காலத்திலும் நமது போற்றுதலுக்குரியவர்கள். இதன் பொருள் மற்றவர்கள் கைவிடப்பட வேண்டியவர்கள் என்பதல்ல.

ஆனால், ஆசிரியர்கள் மீதான கனல் கக்கும் பார்வையை வீசும் பொது சமூகம் அவர்களது சீரழிந்த ஒரு பகுதியை மட்டுமே கணக்கில் கொள்கிறது. மிக முக்கியமாக "சுய பரிசோதனை" எனும் ஒரு சொல்லையே அது மறந்துவிடுகிறது. கல்வி என்பதன் அடிப்படைகளில் இருந்து நாம் எவ்வளவு தூரம் விலகி வந்திருக்கிறோம் என்பது குறித்த விழிப்புணர்வே சமூகத்துக்கு இல்லை. அதனால்தான் அரசை நோக்கி எழுப்பப்பட வேண்டிய கேள்விகளைக்கூட மறந்துவிட்டு, பொய்யான ஒரு தோற்றத்தின் முன்னால் அது தனது ஆத்திரத்தை வெளிப்படுத்திக்கொண்டிருக்கிறது.

மிக எளிய கேள்விகள். இன்றைய தனியார் பள்ளிகளின் உருவாக்கத்திற்கு அரசின் பங்கு உண்டா இல்லையா? அவர்களது கட்டணக்கொள்ளைக்கு வழி சமைத்தது, கல்வியிலிருந்து வெளியேறிய அரசின் செயலா இல்லையா? வேறு வழியே இல்லாத அளவுக்கு, தனியார் பள்ளிகள்தான் இங்கு இருக்கும் ஒரே வழி என்ற நிலைமையை உருவாக்கி வைத்தது யார்? மாணவர்கள் வராத அரசுப் பள்ளிகளை மூடிவிட்டால், அந்த ஆசிரியர்களது சம்பளத்தை சேமித்து விட்டால் இந்த அரசு மக்கள் நல அரசாக மாறிவிடுமா? தனியார் பள்ளிகள் மற்றும் அரசுப் பள்ளிகள் என்கிற எதிரைக் கட்டமைப்பதன் வழியாக, எதிர்காலத்தில் கல்வியில் இருந்து முற்றிலும் அரசுகள் விலகிக்கொள்ளும் நிலைக்குப் போகும்போது, அதற்கு எதிராகப் போராடும் ஒரே தரப்பான ஆசிரியர்களை

ஜி. கார்ல் மார்க்ஸ்

அவர்களது சுயநலம் என்பதாகக் காரணம் காட்டி அவர்களைக் கைவிடுவது பொது சமூகத்தின் நியாயமாகுமா? அடிமைகளைப் போல பிழியப்படும் தனியார் பள்ளி ஆசிரியர்களின் நிலையை உயர்த்துகிற வழிமுறைகளை விடுத்து, அரசுப் பள்ளி ஆசிரியர்களை அவர்களது எதிரிகளாகக் கட்டமைத்து ஓர் அராஜக பொதுக்கருத்தை உருவாக்குவதன் வழியாக அரசு சாதிக்க முயல்வது என்ன?

இவையெல்லாம்தான் இங்கு தொடங்கப்படவேண்டிய உரையாடல்கள். இந்தப் போராட்டத்தை அரசு ஒடுக்கலாம். அல்லது தற்காலிகமாக விட்டுக்கொடுக்கலாம். ஆனால், நிலைமை நாம் நினைப்பதைவிட மோசமாக இருக்கிறது. திரும்பி வர முடியாத வழியில் அரசு வேகமாக பயணிக்கிறது. சமூகத்தின் இரண்டு தரப்புகளுக்கு இடையே உள்ள முரண்களை கூர்மைப்படுத்துவதன் வழியாக அது அமைதியைத் தக்கவைத்துக்கொள்ள முயல்கிறது. அது தற்காலிகமானது என்பதே யதார்த்தம். கல்வி என்பது அரசின் பொறுப்பு, கல்வியை விலையின்றிப் பெறுவது தனிமனித உரிமை என்று உறுதிப்படாத வரையில் மக்கள் நல அரசு எனும் சொல்லுக்கு எந்த அர்த்தமும் இருக்கப்போவதில்லை. அதுவரை போராட்டங்கள் ஓயப்போவதில்லை.

– ஜனவரி 30, 2019

*